VIETNAMESE AS A SECOND LANGUAGE

VSL

VSL Exclusive License Agreement

2

호찌민시 국립대학교 VSL2

(VIETNAMESE AS A SECOND LANGUAGE)

초판 1쇄 발행 2023년 11월 7일

지은이 Nguyễn Văn Huệ, Trần Thị Minh Giới, Nguyễn thị Ngọc Hân, Thạch Ngọc Minh
번역 손연주
펴낸곳 (주)에스제이더블유인터내셔널
펴낸이 양홍걸 이시원

홈페이지 vietnam.siwonschool.com
주소 서울시 영등포구 국회대로74길 12 시원스쿨
교재 구입 문의 02)2014-8151
고객센터 02)6409-0878

ISBN 979-11-6150-777-4
Number 1-420301-24250400-02

머리말

외국인을 위한 베트남어 VSL 1~5 시리즈는 다수의 베트남어 강의 경험을 가진 대학 교수진에 의해 제작된 도서입니다.

그중 VSL 2는 총 12개의 과로 구성되어 있으며, 구매와 관련된 표현, 전화 통화 표현, 숙박 예약 표현, 여행이나 취미와 관련된 표현 등 일반적인 주제에 대해 다루고 있습니다. 총 500개의 어휘들과 1권 이후에 배우기에 적합한 기본 문법을 소개하고 있습니다. 다섯 과씩 학습한 이후 6과와 12과에서는 복습 파트로 구성되어 있어 앞에서 배운 내용을 중간에 복습하고 자신의 것으로 만드는 데 도움을 줍니다. 또한, 각 과마다 학습자가 베트남어를 자연스럽게 구사하는 데에 목표를 두고 제작되었습니다.

본 도서는 실생활에 밀접한 생동감 넘치는 대화문과 삽화가 수록되어 있으며, 정확하고 간결한 문법 설명과 다양한 형태의 연습 문제가 제공되어 베트남어 듣기, 말하기, 읽기, 쓰기까지 학습 가능합니다. 현대 언어학 연구에 입각하여 VSL 2권은 베트남어 학습자가 쉽게 이해할 수 있도록 편찬되었습니다.

제작 과정 중, 베트남어 학습과 지도를 위해 열정을 아끼지 않은 교수진과 많은 학습자분들의 도움을 받았습니다. 완벽한 도서는 없듯이, 보완을 통해 더 나은 교재로 나아가기 위하여 독자 여러분의 소중한 의견을 기다리고 있습니다.

VSL 2권이 모두에게 유용한 학습 도구가 되기를 바랍니다.

저자진 일동

목차

이 책의 구성과 특징

STEP 1

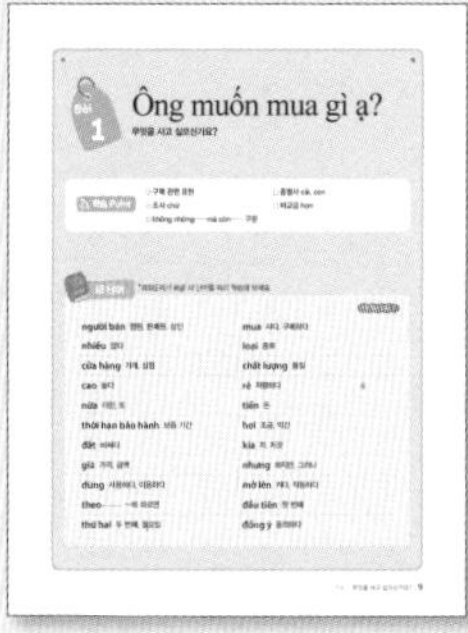

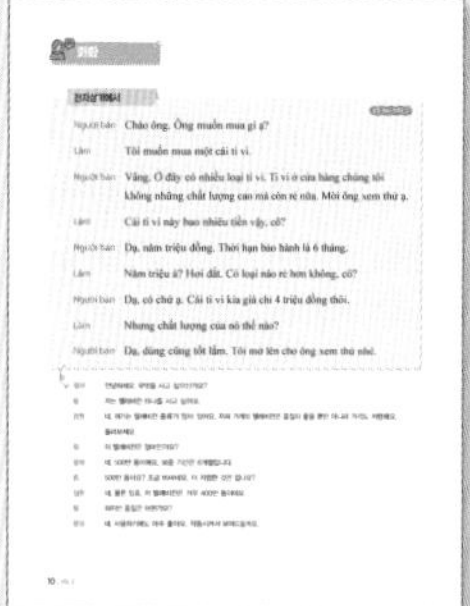

Q 틀에 박힌 표현이 아닌,
진짜 원어민이 쓰는 표현을 배우고 싶어요!

"새 단어 및 회화"

각 과의 시작에 핵심 단어를 한 눈에 보기 쉽게 정리하였고, 리얼한 문장과 위트 있는 상황으로 회화문을 구성하여 원어민이 쓰는 진짜 베트남어 문장을 자연스럽게 배울 수 있습니다.

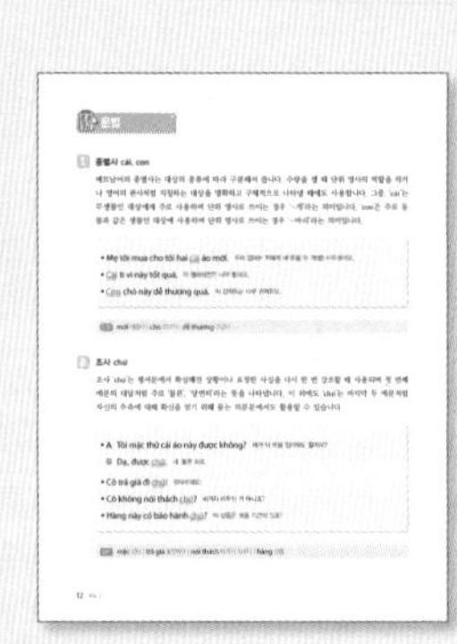

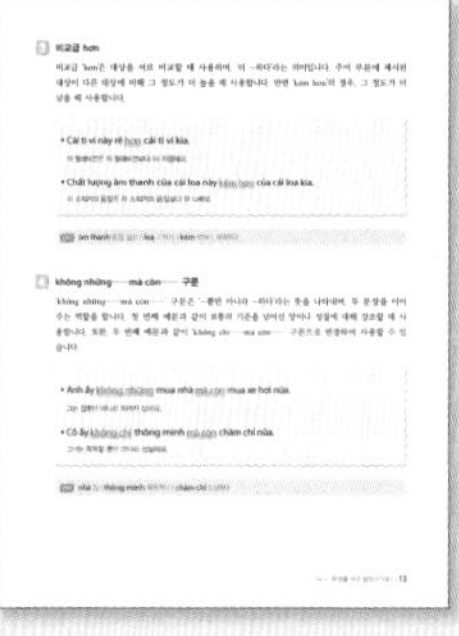

Q 정확한 문법 설명과 각 문법마다
다양한 쓰임을 알고 싶어요!

"문법"

한국인 학습자가 이해하기 쉽게 설명을 제시하여 각 문법마다의 특징을 명확히 파악할 수 있습니다. 또한, 실용도 높은 예문을 통해 다양한 쓰임을 배울 수 있습니다.

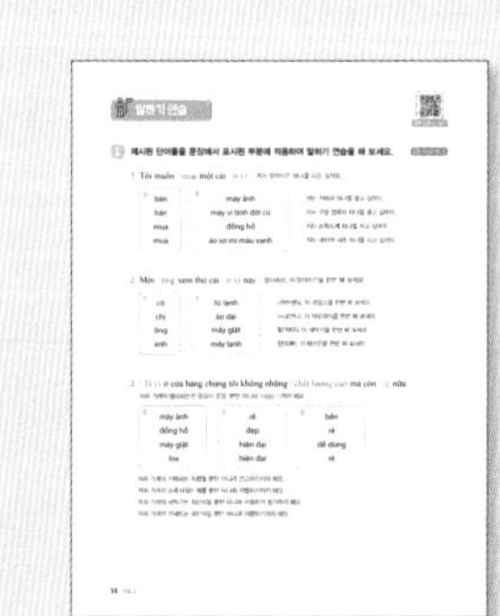

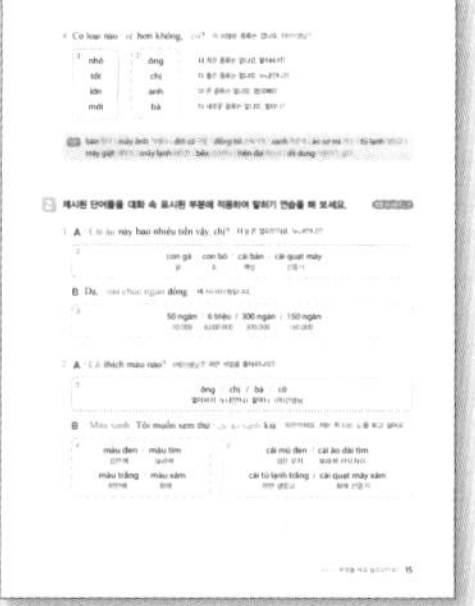

Q 아무리 베트남어를 배워도 회화가 늘지
않아요. 좋은 연습 방법이 없을까요?

"말하기 연습"

각 과에서 배운 핵심 문장을 단어만 쏙쏙 바꾸어 말해 보며 자연스럽게 익힐 수 있도록 패턴식으로 제시하였습니다. 다양한 문장을 반복해서 따라 말하다 보면 빠르게 말문이 트일 수 있습니다.

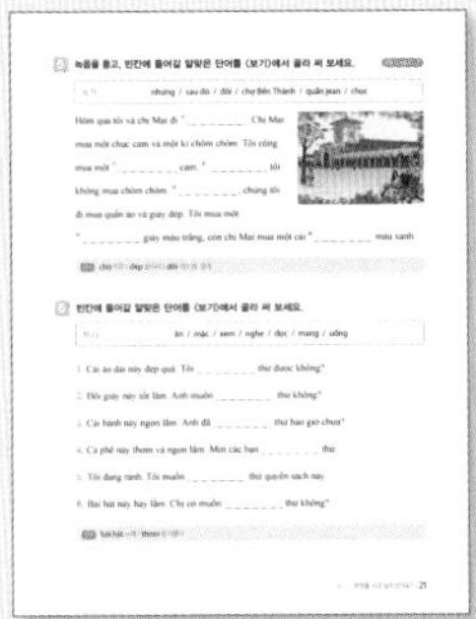

STEP 4

Q 책을 덮으면 배운 게 다 사라지는 것 같아요. 더 오래 기억할 방법은 없을까요?

"연습 문제"

듣기, 말하기, 읽기, 쓰기까지 베트남어 전 영역을 학습할 수 있도록 다양한 연습 문제를 제시하였습니다. 문제를 직접 풀어 보며, 배운 내용을 확실하게 기억할 수 있습니다.

STEP 5

Q 문장이 길어지면서 잘 읽히지 않아요. 장문 읽기 연습도 할 수 있을까요?

"독해"

긴 문장도 빠르게 읽고 이해할 수 있도록 각 과 마지막에서 독해 연습을 할 수 있습니다. 다양한 일상 주제로 재미있게 독해 실력을 쌓을 수 있습니다.

특별 부록 200% 활용하는 방법!

1. 현지에서 녹음하여 더 생생한 원어민 MP3 음원

시원스쿨 베트남어 홈페이지(vietnam.siwonschool.com)에 로그인 ▶ 학습지원센터 ▶ 공부 자료실 ▶ 도서명을 검색한 후 무료 다운로드 가능합니다.

2. 언제 어디서든 연습할 수 있는 말하기 트레이닝 영상

유튜브에 'VSL 베트남어 말하기 트레이닝'을 검색하여 시청 가능합니다. 언제 어디서든 보고 따라 읽으면서 베트남어 말하기를 연습해 보세요!

Bài 1 Ông muốn mua gì ạ?
무엇을 사고 싶으신가요?

Bài 2 Hôm nay trông anh có vẻ mệt.
오늘 당신은 몸이 안 좋아 보여요.

Bài 3 Anh có nhắn gì không ạ?
전하실 말씀 있으신가요?

Bài 4 Anh đã đi Hà Nội bao giờ chưa?
형은 하노이에 가 본 적 있나요?

Bài 5 Phòng loại một bao nhiêu một đêm?
싱글룸은 1박에 얼마인가요?

Bài 6 Bà ấy làm nghề gì ạ?
그녀의 직업은 무엇인가요?

Bài 7 Tôi thích nhà này nhưng……
이 집이 마음에 들지만……

Bài 8 Khi rảnh chị thường làm gì?
한가할 때 언니는 무엇을 하나요?

Bài 9 Thảo thích mọi thứ, chỉ trừ……
타오 씨는 모든 걸 좋아해요, 단지……

Bài 10 Tôi không còn làm ở đó nữa.
저는 거기서 더는 일하지 않아요.

Bài 11 Ông ấy là người thế nào?
그는 어떤 사람인가요?

Bài 12 Mặc dù không có nhiều thời gian nhưng……
비록 시간이 많이 없더라도……

Ông muốn mua gì ạ?

무엇을 사고 싶으신가요?

- □ 구매 관련 표현
- □ 조사 chứ
- □ không những……mà còn…… 구문
- □ 종별사 cái, con
- □ 비교급 hơn

*회화문에서 배울 새 단어를 미리 학습해 보세요.

Track 01_1

người bán 점원, 판매원, 상인
nhiều 많다
cửa hàng 가게, 상점
cao 높다
nữa 더한, 또
thời hạn bảo hành 보증 기간
đắt 비싸다
giá 가격, 금액
dùng 사용하다, 이용하다
theo…… ~에 따르면
thứ hai 두 번째, 월요일
mua 사다, 구매하다
loại 종류
chất lượng 품질
rẻ 저렴하다
tiền 돈
hơi 조금, 약간
kia 저, 저것
nhưng 하지만, 그러나
mở lên 켜다, 작동하다
đầu tiên 첫 번째
đồng ý 동의하다

회화

전자상가에서

Track 01_2

Người bán　Chào ông. Ông muốn mua gì ạ?

Lâm　Tôi muốn mua một cái ti vi.

Người bán　Vâng. Ở đây có nhiều loại ti vi. Ti vi ở cửa hàng chúng tôi không những chất lượng cao mà còn rẻ nữa. Mời ông xem thử ạ.

Lâm　Cái ti vi này bao nhiêu tiền vậy, cô?

Người bán　Dạ, năm triệu đồng. Thời hạn bảo hành là 6 tháng.

Lâm　Năm triệu à? Hơi đắt. Có loại nào rẻ hơn không, cô?

Người bán　Dạ, có chứ ạ. Cái ti vi kia giá chỉ 4 triệu đồng thôi.

Lâm　Nhưng chất lượng của nó thế nào?

Người bán　Dạ, dùng cũng tốt lắm. Tôi mở lên cho ông xem thử nhé.

점원　안녕하세요. 무엇을 사고 싶으신가요?

럼　저는 텔레비전 하나를 사고 싶어요.

점원　네. 여기는 텔레비전 종류가 많이 있어요. 저희 가게의 텔레비전은 품질이 좋을 뿐만 아니라 가격도 저렴해요. 둘러보세요.

럼　이 텔레비전은 얼마인가요?

점원　네, 500만 동이에요. 보증 기간은 6개월입니다.

럼　500만 동이요? 조금 비싸네요. 더 저렴한 것은 없나요?

점원　네, 물론 있죠. 저 텔레비전은 겨우 400만 동이에요.

럼　하지만 품질은 어떤가요?

점원　네, 사용하기에도 아주 좋아요. 작동시켜서 보여드릴게요.

대화 내용을 바탕으로, 다음 질문에 답해 보세요.

1. Theo người bán, ti vi ở cửa hàng đó như thế nào?
점원의 말에 따르면 해당 가게의 텔레비전은 어떠한가요?

---

2. Cái ti vi đầu tiên Lâm xem giá bao nhiêu?
럼 씨가 첫 번째로 본 텔레비전의 가격은 얼마입니까?

---

3. Lâm có đồng ý mua cái ti vi đó không? Tại sao?
럼 씨는 그 텔레비전을 사는 데에 동의했나요? 그 이유는 무엇입니까?

---

4. Cái ti vi thứ hai Lâm xem giá bao nhiêu?
럼 씨가 두 번째로 본 텔레비전의 가격은 얼마입니까?

1 종별사 cái, con

베트남어의 종별사는 대상의 종류에 따라 구분해서 씁니다. 수량을 셀 때 단위 명사의 역할을 하거나 영어의 관사처럼 지칭하는 대상을 명확하고 구체적으로 나타낼 때에도 사용합니다. 그중, 'cái'는 무생물인 대상에게 주로 사용하며 단위 명사로 쓰이는 경우 '~개'라는 의미입니다. 'con'은 주로 동물과 같은 생물인 대상에 사용하며 단위 명사로 쓰이는 경우 '~마리'라는 의미입니다.

- Mẹ tôi mua cho tôi hai cái áo mới. 우리 엄마는 저에게 새 옷을 두 개(벌) 사주셨어요.
- Cái ti vi này tốt quá. 이 텔레비전은 너무 좋아요.
- Con chó này dễ thương quá. 이 강아지는 너무 귀여워요.

단어 mới 새롭다 | chó 강아지 | dễ thương 귀엽다

2 조사 chứ

조사 'chứ'는 평서문에서 확실해진 상황이나 요청한 사실을 다시 한 번 강조할 때 사용되며 첫 번째 예문의 대답처럼 주로 '물론', '당연히'라는 뜻을 나타냅니다. 이 외에도 'chứ'는 마지막 두 예문처럼 자신의 추측에 대해 확신을 얻기 위해 묻는 의문문에서도 활용할 수 있습니다.

- **A** Tôi mặc thử cái áo này được không? 제가 이 옷을 입어봐도 될까요?
  B Dạ, được chứ. 네, 물론 되죠.
- Cô trả giá đi chứ! 깎아주세요!
- Cô không nói thách chứ? 바가지 씌우신 거 아니죠?
- Hàng này có bảo hành chứ? 이 상품은 보증 기간이 있죠?

단어 mặc 입다 | trả giá 흥정하다 | nói thách 바가지 씌우다 | hàng 상품

3 비교급 hơn

비교급 'hơn'은 대상을 서로 비교할 때 사용하며, '더 ~하다'라는 의미입니다. 주어 부분에 제시된 대상이 다른 대상에 비해 그 정도가 더 높을 때 사용합니다. 반면 'kém hơn'의 경우, 그 정도가 더 낮을 때 사용합니다.

- Cái ti vi này rẻ hơn cái ti vi kia.
  이 텔레비전은 저 텔레비전보다 더 저렴해요.
- Chất lượng âm thanh của cái loa này kém hơn của cái loa kia.
  이 스피커의 음질은 저 스피커의 음질보다 더 나빠요.

단어 **âm thanh** 음질, 음성 | **loa** 스피커 | **kém** 약하다, 부족하다

4 không những……mà còn…… 구문

'không những……mà còn……' 구문은 '~뿐만 아니라 ~하다'라는 뜻을 나타내며, 두 문장을 이어주는 역할을 합니다. 첫 번째 예문과 같이 보통의 기준을 넘어선 양이나 성질에 대해 강조할 때 사용합니다. 또한, 두 번째 예문과 같이 'không chỉ……mà còn……' 구문으로 변경하여 사용할 수 있습니다.

- Anh ấy không những mua nhà mà còn mua xe hơi nữa.
  그는 집뿐만 아니라 차까지 샀어요.
- Cô ấy không chỉ thông minh mà còn chăm chỉ nữa.
  그녀는 똑똑할 뿐만 아니라 성실해요.

단어 **nhà** 집 | **thông minh** 똑똑하다 | **chăm chỉ** 성실하다

말하기 연습

1 제시된 단어들을 문장에서 표시된 부분에 적용하여 말하기 연습을 해 보세요.

Track 01_3

1. Tôi muốn ①mua một cái ②ti vi. 저는 텔레비전 하나를 사고 싶어요.

①	②	
bán	máy ảnh	저는 카메라 하나를 팔고 싶어요.
bán	máy vi tính đời cũ	저는 구형 컴퓨터 하나를 팔고 싶어요.
mua	đồng hồ	저는 손목시계 하나를 사고 싶어요.
mua	áo sơ mi màu xanh	저는 파란색 셔츠 하나를 사고 싶어요.

2. Mời ①ông xem thử cái ②ti vi này. 할아버지, 이 텔레비전을 한번 봐 보세요.

①	②	
cô	tủ lạnh	(여)선생님, 이 냉장고를 한번 봐 보세요.
chị	áo dài	누나(언니), 이 아오자이를 한번 봐 보세요.
ông	máy giặt	할아버지, 이 세탁기를 한번 봐 보세요.
anh	máy lạnh	형(오빠), 이 에어컨을 한번 봐 보세요.

3. ①Ti vi ở cửa hàng chúng tôi không những ②chất lượng cao mà còn ③rẻ nữa.
저희 가게의 텔레비전은 품질이 좋을 뿐만 아니라 저렴하기까지 해요.

①	②	③
máy ảnh	rẻ	bền
đồng hồ	đẹp	rẻ
máy giặt	hiện đại	dễ dùng
loa	hiện đại	rẻ

저희 가게의 카메라는 저렴할 뿐만 아니라 견고하기까지 해요.
저희 가게의 손목시계는 예쁠 뿐만 아니라 저렴하기까지 해요.
저희 가게의 세탁기는 최신식일 뿐만 아니라 사용하기 쉽기까지 해요.
저희 가게의 카세트는 최신식일 뿐만 아니라 저렴하기까지 해요.

4. Có loại nào ①rẻ hơn không, ②cô? 더 저렴한 종류는 없나요, (여)선생님?

①	②	
nhỏ	ông	더 작은 종류는 없나요, 할아버지?
tốt	chị	더 좋은 종류는 없나요, 누나(언니)?
lớn	anh	더 큰 종류는 없나요, 형(오빠)?
mới	bà	더 새로운 종류는 없나요, 할머니?

단어 **bán** 팔다 | **máy ảnh** 카메라 | **đời cũ** 구형 | **đồng hồ** 손목시계 | **xanh** 파란색 | **áo sơ mi** 셔츠 | **tủ lạnh** 냉장고 | **máy giặt** 세탁기 | **máy lạnh** 에어컨 | **bền** 견고하다 | **hiện đại** 최신식 | **dễ dung** 사용하기 쉽다

2 제시된 단어들을 대화 속 표시된 부분에 적용하여 말하기 연습을 해 보세요.

Track 01_4

1. **A** ①Cái áo này bao nhiêu tiền vậy, chị? 이 옷은 얼마인가요, 누나(언니)?

①
con gà / con bò / cái bàn / cái quạt máy
닭 / 소 / 책상 / 선풍기

B Dạ, ②sáu chúc ngàn đồng. 네, 60,000동입니다.

②
50 ngàn / 6 triệu / 300 ngàn / 150 ngàn
50,000 / 6,000,000 / 300,000 / 150,000

2. **A** ①Cô thích màu nào? (여)선생님은 어떤 색깔을 좋아하나요?

①
ông / chị / bà / cô
할아버지 / 누나(언니) / 할머니 / (여)선생님

B ②Màu xanh. Tôi muốn xem thử ③cái áo xanh kia. 파란색이요. 저는 저 파란 옷을 보고 싶어요.

②
màu đen / màu tím
검은색 / 보라색
màu trắng / màu xám
하얀색 / 회색

③
cái mũ đen / cái áo dài tím
검은 모자 / 보라색 아오자이
cái tủ lạnh trắng / cái quạt máy xám
하얀 냉장고 / 회색 선풍기

3. **A** Mua ①cam đi, cô. 오렌지 사세요, (여)선생님.

①
nho / bưởi / chuối / xoài
포도 자몽 바나나 망고

B Bao nhiêu một ②chục? 한 묶음에 얼마입니까?

②
kí / trái / nải / chục
킬로그램 개 송이 묶음

Tip! ■ 'trái'는 '과일'이라는 뜻이며, 과일을 세는 단위 명사 혹은 과일을 나타내는 명사 앞에 놓이는 종별사로도 쓰입니다.

예 một trái táo(사과 한 개), hai trái bưởi(자몽 두 개) / trái táo(사과), trái cam(오렌지)

■ 'chục'은 '열 개'를 뜻합니다. 예 hai chục(20개), mười chục(100개)

4. **A** Tôi ①mặc thử được không? 제가 한번 입어 봐도 될까요?

①
ăn / xem / nghe / uống
먹다 보다 듣다 마시다

B Dạ, được chứ. Xin mời ②cô ①mặc thử. 네, 물론이죠. (여)선생님 한번 입어 보세요.

②
bà / chị / anh / ông
할머니 누나(언니) 형 할아버지

3 빈칸을 채워 대화를 완성해 보세요. (단, 강조나 재확인을 의미하는 'chứ'를 사용할 것)

예시 | **A** Tôi mặc thử cái áo này được không? 이 옷을 입어 봐도 될까요?
B Dạ, được chứ ạ. Xin mời bà mặc thử. 네, 물론입니다. 한 번 입어 보세요.

1. **A** ______________________________?

   B Vâng, cà phê này (rất) ngon.
   네, 이 커피는 (매우) 맛있어요.

2. **A** Ở đây có bán máy ảnh hiệu Canon không, cô?
   여기에 캐논 브랜드 카메라를 파나요?

   B ______________________________.

3. **A** Cô không ______________________________?

   B Dạ, không ạ. Ở đây chúng tôi không nói thách.
   네, 아닙니다. 우리는 바가지를 씌우지 않아요.

4. **A** ______________________________?

   B Dạ được. Mời ông xem thử ạ.
   네, 물론이죠. 할아버지 한 번 보세요.

5. **A** Ti vi này có bảo hành không, ông?
   이 텔레비전은 보증 기한이 있나요?

   B Dạ, ______________________________.

6. **A** Có loại máy giặt nào rẻ hơn không, cô?
   더 저렴한 종류의 세탁기가 있나요?

   B Dạ, ______________________________.

단어 **hiệu** 브랜드 | **ngon** 맛있다

4 식당, 카페 등의 점원과 손님 역할을 맡고, 배운 문장들을 활용하여 자유롭게 대화해 보세요.

연습 문제

1 오렌지를 파는 상인과 손님의 대화를 듣고, 다음 질문에 답해 보세요. Track 01_5

1. Người bán nói giá một chục cam là bao nhiêu?
상인은 오렌지 한 묶음이 얼마라고 말했습니까?

2. Cuối cùng, người bán đồng ý bán một chục cam giá bao nhiêu?
결국, 상인은 오렌지 한 묶음을 얼마에 파는 데에 동의했나요?

3. Người mua muốn mua mấy chục cam?
손님은 오렌지 몇 묶음을 사고 싶어 하나요?

2 옷 가게의 점원과 손님의 대화를 듣고, 다음 질문에 답해 보세요.

1. Cô gái ấy muốn mua gì? 그 여자는 무엇을 사고 싶어 하나요?

2. Cô ấy thích màu gì? 그녀는 무슨 색을 좋아하나요?

3. Cái áo mà cô ấy muốn mua giá bao nhiêu?
   그녀가 사고 싶어 하는 옷의 가격은 얼마인가요?

3 다음 예시를 참고하여, 질문하고 답하는 연습을 해 보세요.

예시 |

A Đây là cái gì?
이것은 무엇인가요?

B Đó là cái bàn.
그것은 책상입니다.

A Đây là con gì?
이것은 무엇인가요?

B Đó là con gà.
그것은 닭입니다.

4 다음 그림을 보고, 예시와 같이 질문하고 답해 보세요.

예시 | **A** Trái này tiếng Việt gọi là gì? 이 과일은 베트남어로 뭐라고 부르나요?
B Trái này tiếng Việt gọi là xoài. 이 과일은 베트남어로 '쏘아이(xoài 망고)'라고 불러요.

A Xoài này bao nhiêu một chục? 이 망고는 한 묶음에 얼마입니까?
B Bốn chục ngàn một chục. 한 묶음에 40,000동입니다.

xoài 망고
15.000 đồng/kí

chôm chôm 람부탄
20.000 đồng/kí

sầu riêng 두리안
30.000 đồng/kí

nhãn 용안
12.000 đồng/kí

chuối 바나나
6.000 đồng/nải

ổi 구아바
5.000 đồng/kí

măng cụt 망고스틴
20.000 đồng/chục

bưởi 자몽
15.000 đồng/trái

5 녹음을 듣고, 빈칸에 들어갈 알맞은 단어를 〈보기〉에서 골라 써 보세요.

Track 01_7

보기 | nhưng / sau đó / đôi / chợ Bến Thành / quần jean / chục

Hôm qua tôi và chị Mai đi 1) ____________. Chị Mai mua một chục cam và một kí chôm chôm. Tôi cũng mua một 2) ____________ cam, 3) ____________ tôi không mua chôm chôm. 4) ____________, chúng tôi đi mua quần áo và giày dép. Tôi mua một 5) ____________ giày màu trắng, còn chị Mai mua một cái 6) ____________ màu xanh.

단어 **chợ** 시장 | **dép** 슬리퍼 | **đôi** (한) 쌍, 켤레

6 빈칸에 들어갈 알맞은 단어를 〈보기〉에서 골라 써 보세요.

보기 | ăn / mặc / xem / nghe / đọc / mang / uống

1. Cái áo dài này đẹp quá. Tôi ____________ thử được không?
2. Đôi giày này tốt lắm. Anh muốn ____________ thử không?
3. Cái bánh này ngon lắm. Anh đã ____________ thử bao giờ chưa?
4. Cà phê này thơm và ngon lắm. Mời các bạn ____________ thử.
5. Tôi đang rảnh. Tôi muốn ____________ thử quyển sách này.
6. Bài hát này hay lắm. Chị có muốn ____________ thử không?

단어 **bài hát** 노래 | **thơm** 향기롭다

7 빈칸에 알맞은 종별사(cái 또는 con)를 사용하여 문장을 완성해 보세요.

1. ____________ chó này dễ thương quá.

2. Chị mua ____________ áo dài này ở đâu vậy?

3. ____________ tủ lạnh đó hiệu gì?

4. Chị có thấy ____________ mèo trắng của tôi ở đâu không?

5. Chị mặc thử ____________ quần jean đó chưa?

6. ____________ máy vi tính này giá bao nhiêu?

7. Cô ấy mua một ____________ mũ màu vàng.

단어 mèo 고양이 | thấy 보다 | mũ 모자 | màu vàng 노란색

8 빈칸에 들어갈 알맞은 문장을 〈보기〉에서 골라 써 보세요.

보기 | (1) Dạ, chỉ còn áo cỡ vừa và nhỏ thôi.
(2) Ở tiệm Thanh Thủy, gần chợ Bến Thành.
(3) Màu xanh hay màu đỏ?
(4) Có đôi nào nhỏ hơn không?
(5) Cửa hàng chúng tôi có nhiều loại tủ lạnh.
(6) Dạ, phòng thử quần áo ở đằng kia ạ.

예시 | Cô thích màu nào? (3) Màu xanh hay màu đỏ?
어떤 색을 좋아하세요? 파란색 아니면 빨간색이요?

1. Đôi giày thể thao này hơi lớn. ( ) ____________________
이 운동화는 조금 커요.

2. A Ở đây có áo sơ mi cỡ lớn không? B ( ) ____________________
여기엔 빅 사이즈 셔츠가 있나요?

3. **A** Phòng thử quần áo ở đâu? **B** (   ) ______________________
탈의실은 어디에 있나요?

4. (   )______________________ Mời ông xem thử cái tủ lạnh này.
이 냉장고를 한 번 보세요.

5. **A** Chị mua cái áo dài này ở đâu? **B** (   ) ______________________
이 아오자이를 어디에서 샀나요?

단어 cỡ 사이즈 | màu đỏ 빨간색 | gần 근처 | thể thao 스포츠 | tiệm 가게

9 예시와 같이 비교급 'hơn'을 사용하고 제시된 단어를 활용하여 문장을 완성해 보세요.

예시 | Cái ti vi này giá 6 triệu đồng. Cái ti vi kia giá 5 triệu đồng.
이 텔레비전은 6백만 동입니다. 저 텔레비전은 5백만 동입니다.
➡ Cái ti vi này đắt hơn cái ti vi kia. 이 텔레비전은 저 텔레비전보다 더 비쌉니다.

1. Cái máy giặt này giá 4 triệu đồng. Cái máy giặt kia giá 7 triệu đồng. rẻ
이 세탁기는 4백만 동이고, 저 세탁기는 7백만 동입니다.

➡ Cái máy giặt này ______________________.

2. Cái máy lạnh này sản xuất năm 1997. Còn cái máy lạnh kia sản xuất năm 2000. sớm
이 에어컨은 1997년에 생산됐습니다. 저 에어컨은 2000년에 생산됐습니다.

➡ Cái máy lạnh ______________________.

3. Cái áo này số 8. Cái áo kia số 10. nhỏ
이 옷은 8호 사이즈입니다. 저 옷은 10호입니다.

➡ Cái áo ______________________.

4. Đôi giày này cao 5 phân. Đôi giày kia cao 3 phân. cao
이 신발은 굽이 5센티미터입니다. 저 신발은 굽이 3센티미터입니다.

➡ Đôi giày ______________________.

5. Ti vi này màn hình rộng 19 in(inch). Ti vi kia màn hình rộng 21 in(inch). rộng
이 텔레비전은 화면이 21인치입니다. 저 텔레비전은 화면이 19인치입니다.

➡ Ti vi ______________________________.

6. Quyển sách này dày 200 trang. Quyển sách kia dày 156 trang. dày
이 책의 두께는 200장입니다. 저 책은 156장입니다.

➡ Quyển sách ______________________________.

Tip! 'số'는 원래 '숫자', '번호'라는 의미이나, 주소, 전화번호, 옷 치수 등 다양한 상황에서 사용합니다.

단어 sản xuất 생산하다 | phân 센티미터(cm) | màn hình 화면 | rộng 넓다 | dày 두껍다

10 예시와 같이 'không những……mà còn……' 구문을 사용하여 문장을 바꾸어 보세요.

예시 | Nam mua ti vi và máy giặt. 남 씨는 텔레비전과 세탁기를 사요.
➡ Nam không những mua ti vi mà còn mua máy giặt.
남 씨는 텔레비전을 살 뿐만 아니라 세탁기까지 사요.

1. Xoài này ngon và rẻ.

➡ ______________________________.

2. Cửa hàng này bán cassette và máy lạnh.

➡ ______________________________.

3. Đôi giày thể thao đó nhẹ và rất bền.

➡ ______________________________.

4. Cái máy lạnh này không lạnh và rất hao điện.

➡ ______________________________.

5. Nhà Lan gần chợ Bến Thành và gần các cửa hàng điện tử lớn.

➡ ____.

6. Tháng này sầu riêng không ngon và rất đắt.

➡ ____.

단어 **hao** 소모적이다 | **điện** 전기 | **điện tử** 전자 | **nhẹ** 가볍다

11 아래 답변에 대한 질문을 완성하여 짧은 대화문을 만들어 보세요.

1. **A** Tôi ______________________________?

   B Dạ, được chứ. Mời bà mặc thử. 네, 물론 되죠. 입어 보세요.

2. **A** Tôi ______________________________?

   B Dạ, được chứ. Mời cô ăn thử. 네, 물론 되죠. 드셔 보세요.

3. **A** Cam này ______________________________?

   B Ba mươi ngàn một chục. 한 묶음에 30,000동입니다.

4. **A** Nho ______________________________?

   B Nho này hai mươi ngàn một kí. 이 포도는 1kg에 20,000동입니다.

5. **A** Cô ______________________________?

   B Màu trắng. Tôi muốn xem thử cái áo trắng kia.
   하얀색이요. 저는 저 하얀색 옷을 보고 싶어요.

6. **A** Ông ______________________________?

   B Tôi muốn mua cái quạt máy màu xanh kia.
   저는 저 파란 선풍기를 사고 싶어요.

독해

Track 01_8

MUA SẮM

Sáng nay tôi và bạn tôi đi mua sắm. Chúng tôi đến tiệm Thanh Thủy. Đó là một tiệm bán quần áo, giày dép lớn ở gần chợ Bến Thành. Bạn có thể mua tất cả các loại quần áo, giày dép ở đấy. Tôi đã chọn mua một cái sơ mi màu xanh và một đôi giày thể thao màu trắng. Còn Lan-bạn tôi-mua một cái quần jean màu xanh, một cái áo khoác màu nâu và một đôi giày cao gót màu đen. Cô ấy còn muốn mua nhiều thứ khác nữa, nhưng không có đủ tiền.

쇼핑

오늘 오전에 저와 제 친구는 쇼핑을 갔어요. 우리는 탄 투이 가게에 왔어요. 그곳은 벤탄 시장 근처의 옷과 신발을 파는 큰 가게입니다. 당신은 그곳에서 모든 종류의 옷과 신발을 살 수 있어요. 저는 파란색 셔츠와 하얀색 운동화를 골랐어요. 그리고 제 친구인 란은 파란색 청바지 하나와 갈색 재킷 하나, 그리고 검은색 하이힐을 샀어요. 그녀는 다른 것들도 많이 사고 싶어 했지만 돈이 부족했어요.

단어 **mua sắm** 쇼핑 | **tiệm** 가게, 상점 | **quần áo** 옷, 의류 | **giày dép** 신발 | **gần** 근처, 가깝다 | **chợ Bến Thành** 벤탄 시장 | **chọn** 선택하다, 고르다 | **màu xanh** 파란색, 푸른색, 초록색 | **đôi giày thể thao** 운동화 | **màu trắng** 흰색 | **quần jean** 청바지 | **áo khoác** 재킷, 외투 | **màu nâu** 갈색 | **giày cao gót** 하이힐 | **màu đen** 검정색 | **thứ** 것, 물건 | **khác** 다르다 | **đủ** 충분하다 | **tiền** 돈

Hôm nay trông anh có vẻ mệt.

오늘 당신은 몸이 안 좋아 보여요.

- □ 건강, 질병 관련 표현
- □ 동사 trông, thấy
- □ 수동 표현 bị, được
- □ 추측 표현 chắc là

새 단어

*회화문에서 배울 새 단어를 미리 학습해 보세요.

Track 02_1

mệt 몸이 좋지 않다, 피곤하다

bị cảm 감기에 걸리다

uống thuốc 약을 먹다

khám bệnh 진찰을 받다, 진찰하다

khuyên 조언하다

cảm 감기

tối hôm qua 어제 저녁

viên 알, 정(알약을 세는 단위)

sớm 이르다, 일찍

회화

회사에서

Track 02_2

Nam	Hôm nay trông anh có vẻ mệt. Chắc là anh bị cảm, phải không?
Dũng	Vâng. Tôi bị cảm từ tối hôm qua.
Nam	Thế à? Anh đã uống thuốc chưa?
Dũng	Rồi. Tôi đã uống hai viên thuốc cảm rồi.
Nam	Bây giờ anh thấy trong người thế nào?
Dũng	Tôi thấy đau đầu quá.
Nam	Vậy, anh nên đi khám bệnh sớm đi!
Dũng	Vâng. Chiều nay được nghỉ, tôi sẽ đi.

남	오늘 당신은 몸이 안 좋아 보여요. 아마 감기에 걸린 것 같은데, 맞나요?
융	네. 저는 어제 저녁부터 감기에 걸렸어요.
남	그래요? 약을 드셨나요?
융	네. 어제 저는 감기약을 2알 먹었어요.
남	지금 당신은 몸 상태가 어떤가요?
융	저는 머리가 너무 아파요.
남	그렇다면, 얼른 진찰을 받으러 가세요!
융	네. 오늘 오후에 쉬게 되면, 저는 갈 거예요.

대화 내용을 바탕으로, 다음 질문에 답해 보세요.

1. Hôm nay trông Dũng như thế nào?
오늘 융 씨는 어때 보이나요?

2. Dũng đã uống thuốc gì?
융 씨는 무슨 약을 먹었나요?

3. Bây giờ Dũng thấy trong người thế nào?
지금 융 씨는 몸 상태가 어떤가요?

4. Nam khuyên Dũng làm gì?
남 씨는 융 씨에게 무엇을 하라고 조언했나요?

1 동사 trông

동사 'trông'은 시각적으로 '~해 보이다', '~하게 보이다'라는 뜻으로, 주로 사람이나 사물의 외형에 대해 묘사할 때 사용합니다. 'trông'은 '~인 듯하다', '~인 것 같다'라는 의미의 'có vẻ'와 함께 쓰이곤 합니다.

- Ông ấy trông rất khỏe. 그는 매우 건강해 보여요.
- Trông anh có vẻ mệt. 당신은 피곤해 보여요.

2 동사 thấy

'thấy'는 '느끼다'라는 뜻으로, 감정이나 감각을 나타내는 동사입니다.

- Anh thấy trong người thế nào? 당신의 몸 상태는 어떤가요? (= 당신의 몸 상태가 어떻게 느껴지나요?)
- Tôi thấy đau bụng. 저는 복통이 있어요. (= 저는 복통을 느껴요.)

단어 đau bụng 복통

3 부정적 의미의 수동 표현 bị

수동 표현 'bị'는 주어 입장에서 부정적인 상황에서 쓰여, 주어가 바라지 않는 어떤 행위를 받거나 당하는 경우를 나타냅니다. 'bị + 행위'에서 '행위'는 명사, 동사, 절 등 다양하게 놓일 수 있으며, 그 의미 또한 단어에 따라 '~을(를) 당하다', '~해 버리다', '~에 걸리다', '~을(를) 받다', '~하게 되다' 등 다양한 의미로 해석할 수 있습니다.

- Tôi bị cảm. 저는 감기에 걸렸어요.
- Anh ấy bị cảnh sát phạt. 그는 경찰에게 벌금을 물었어요.

4 긍정적 의미의 수동 표현 được

수동 표현 'được'은 주어 입장에서 긍정적인 행위를 받거나 당하는 경우를 나타냅니다. 'bị'와 마찬가지로 'được + 행위'에서 '행위'에는 단어의 품사와 관계 없이 자유롭게 놓일 수 있으며, '~을(를) 얻다', '~받다', '~하게 되다' 등으로 해석합니다. 참고로, 'có thể'처럼 '~을(를) 할 수 있다'의 의미를 갖는 '동사 + được'의 경우에는 'được'이 동사 뒤에 위치하며, 수동태 'được'은 동사 앞에 위치하는 점에 유의하세요.

- Tuần sau tôi được nghỉ học.

  다음 주에 저는 학교를 쉬게 되었어요. (외부적인 요인에 의한 상황)

- Nó được mẹ cho tiền.

  그 아이는 어머니께 돈을 받았어요.

- Tôi được ăn phở.

  저는 쌀국수를 먹게 되었어요. (쌀국수를 먹을 기회를 얻음)

- Tôi ăn được phở.

  저는 쌀국수를 먹을 수 있어요. (가능)

단어 nghỉ 쉬다

5 추측 표현 chắc là

'chắc là' 구문은 '아마 ~인(일) 것 같다'라는 의미로, 일어날 가능성이 있는 상황에 대한 추측을 나타냅니다.

- Anh ho nhiều quá. Chắc là anh bị cảm, phải không?

  당신은 기침을 너무 많이 해요. 아마 당신은 감기에 걸린 것 같은데, 맞죠?

- Nhanh lên. Chắc là mọi người đang đợi chúng ta.

  서둘러요. 아마 모두들 우리를 기다리고 있을 거예요.

단어 ho 기침하다

말하기 연습

1 제시된 단어들을 문장에서 표시된 부분에 적용하여 말하기 연습을 해 보세요.

Track 02_3

1. Hôm nay trông ①anh có vẻ ②mệt (mỏi). 오늘 당신은 피곤해 보여요.

①	②	
chị	khỏe hơn	오늘 누나(언니)는 더 건강해 보여요.
bà	không được khỏe	오늘 할머니는 건강하지 못해 보여요.
cô ấy	buồn ngủ	오늘 그녀는 졸려 보여요.
ông ấy	mệt mỏi	오늘 그는 피곤해 보여요.

2. Tôi bị ①cảm từ ②tối hôm qua. 저는 어제 저녁부터 감기에 걸렸어요.

①	②	
đau đầu	sáng đến giờ	아침부터 지금까지 저는 두통이 있어요.
đau bụng	tối hôm kia	그제 저녁부터 저는 복통이 있어요.
đau răng	tuần trước	지난주부터 저는 치통이 있어요.
ho và sốt	chủ nhật tuần trước	지난주 일요일부터 저는 기침과 열이 나요.

3. Tôi thấy ①đau đầu quá. 저는 너무 머리가 아파요.

①	
chóng mặt	저는 너무 어지러워요.
buồn nôn	저는 너무 구역질이 나요.
đau bụng	저는 너무 복통을 느껴요.
khó thở	저는 너무 숨쉬기가 힘들어요.

4. ①Anh nên đi ②khám bệnh sớm đi! 당신 얼른 진찰받으러 가는 게 좋겠어요!

①	②	
ông	ngủ	할아버지 얼른 주무시는 게 좋겠어요!
bà	bệnh viện	할머니 얼른 병원에 가시는 게 좋겠어요!
chị	chụp X quang	누나(언니) 얼른 X-Ray를 찍는 게 좋겠어요!
cô	kiểm tra sức khỏe	(여)선생님 얼른 건강검진을 받는 게 좋겠어요!

5. ①Chiều nay được ②nghỉ, tôi sẽ đi. 오늘 오후에 쉬게 되면, 갈게요.

①	②	
ngày mai	nghỉ học	내일 학교에 안 가게 되면, 갈게요.
sáng mai	thầy giáo cho nghỉ	내일 아침에 선생님께서 결석을 허락해 주시면, 갈게요.
chiều mai	ông giám đốc cho phép	내일 오후에 사장님이 허락해 주시면, 갈게요.
tuần sau	lĩnh lương	다음 주에 월급을 받게 되면, 갈게요.

2 제시된 단어들을 대화 속 표시된 부분에 적용하여 말하기 연습을 해 보세요.

Track 02_4

1. **A** Hôm nay trông anh có vẻ mệt. Chắc là anh bị ①cảm, phải không?
오늘 당신은 몸이 안 좋아 보여요. 아마, 감기에 걸린 것 같은데, 맞나요?

①
bệnh / mất ngủ / căng thẳng / nhức đầu
병 불면증 스트레스 두통

B Vâng. Tôi bị ①cảm từ ②tối hôm qua. 네. 저는 어제 저녁부터 감기에 걸렸어요.

②
sáng hôm qua / trưa hôm kia / ba ngày nay / khi gặp nó
어제 아침 그제 점심 (최근) 3일 전 그 애를 만날 때

2. **A** Bây giờ ①anh thấy trong người thế nào? 지금 당신은 몸 상태가 어떤가요?

①
ông / bà / chị / cô
할아버지 할머니 누나(언니) (여)선생님

B Tôi thấy ②đau đầu quá. 저는 머리가 너무 아파요.

②
hơi khó chịu / buồn nôn / hơi chóng mặt / hơi đau bụng
조금 불편해요 구역질이 나요 조금 어지러워요 배가 조금 아파요

3. **A** ①Anh đã uống thuốc chưa? 당신은 약을 먹었나요?

①

bà	/	ông	/	cô	/	chị
할머니		할아버지		(여)선생님		누나(언니)

B Rồi. Tôi đã uống hai viên ②thuốc cảm rồi. 네. 저는 감기약 두 알을 먹었어요.

②

thuốc ho	/	thuốc ngủ	/	vitamin C	/	thuốc aspirin
기침약		수면제		비타민C		아스피린

1 **환자와 의사의 대화를 듣고, 다음 질문에 답해 보세요.** Track 02_5

1. 그녀는 어디가 아픈가요?

① đau đầu ② đau bụng
③ cảm ④ đau đầu và đau bụng

2. 그녀는 언제부터 아팠나요?

① sáng hôm qua ② chiều hôm qua
③ tối hôm qua ④ sáng nay

3. 어느 정도로 아픈가요?

① nặng ② rất nặng
③ nhẹ ④ rất nhẹ

2 란 씨와 마이 씨의 대화를 듣고, 다음 질문에 답해 보세요.

Track 02_6

1. Mai bị bệnh gì? 마이 씨는 어디가 아픈가요?

____

2. Cô ấy bị bệnh từ lúc nào? 그녀는 언제부터 아팠나요?

____

3. Cô ấy đã uống thuốc gì? Mấy viên?
그녀는 무슨 약을 먹었나요? 얼마나 먹었나요?

____

4. Bây giờ cô ấy thấy trong người thế nào?
현재 그녀는 몸 상태가 어떤가요?

____

3 녹음을 듣고, 빈칸에 들어갈 알맞은 단어를 〈보기〉에서 골라 써 보세요.

Track 02_7

보기	phòng khám tư / khám bệnh / bệnh viện / bệnh nhân / bác sĩ

Anh Hải là 1)____________. Anh ấy làm việc ở bệnh viện Chợ Rẫy. Buổi chiều, sau giờ làm việc ở 2)____________, anh ấy về nhà. Như nhiều bác sĩ khác trong thành phố, anh ấy có 3)____________ ở nhà riêng. Có nhiều 4)____________ đến phòng khám tư của anh để 5)____________.

4 빈칸에 들어갈 알맞은 단어를 〈보기〉에서 골라 써 보세요.

보기 | dễ chịu / kém / dở / nhẹ / muộn / dối / ẩu / khỏe

1. A Bệnh bà ấy có nặng lắm không?
   B Không, bà ấy chỉ bệnh ____________ thôi.

2. Ông bác sĩ này khám bệnh rất kỹ, không khám ____________ như một số bác sĩ khác.

3. Bà ấy là một bác sĩ giỏi nhưng chồng bà ấy là một bác sĩ ____________.

4. Thuốc này sẽ giúp bạn không còn thấy khó chịu sau bữa ăn. Bạn sẽ cảm thấy ____________ ngay.

5. Vừa khởi bệnh nên trông chị ấy còn yếu lắm, chưa ____________ ngay được đâu.

6. Phòng mạch của bác sĩ Nam có thể đóng cửa ____________ hơn nhưng không thể mở cửa sớm hơn được.

Tip! 베트남어로 증상의 경중을 표현할 때는 'nặng(심하다)', 'nhẹ(가볍다)'라고 합니다.

단어 dễ chịu 편안하다 | kém / dở 부족하다 | muộn 늦다 | dối / ẩu 부주의하다 | kỹ / kỹ lưỡng 신중하다 | một số 몇몇의 | ngay 즉시 | bữa ăn 식사 | yếu 약하다 | đóng cửa 문을 닫다 | mở cửa 문을 열다

5 같은 부류에 속하지 않는 단어에 동그라미 표시해 보세요.

1. bác sĩ, nha sĩ, bệnh nhân, ho, dược sĩ, đau răng, y tá

2. đau đầu, cảm, đau răng, khám bệnh, viêm họng, uống thuốc, sốt

단어 dược sĩ 약사 | viêm họng 인후염

6 예시와 같이 아래 문장에서 증상과 관련된 단어에 동그라미 표시해 보세요.

예시 | Hôm qua tôi bị (đau bụng). 어제 저는 배가 아팠어요.

1. Tại sao nó ho nhiều vậy?

2. Em đang bị cảm, không nên tắm.

3. Nếu con chị bị sốt cao thì chị nên đưa nó đến bệnh viện.

4. Nó đã uống thuốc hai ngày rồi nhưng vẫn chưa hết đau đầu và sổ mũi.

5. Con chị Lan bị đau mắt nên phải nghỉ học.

단어 **đưa** 데려가다 | **hết** 끝나다 | **tắm** 샤워하다 | **sổ mũi** 콧물이 흐르다

7 단어를 알맞게 배열하여 문장을 완성해 보세요.

1. trong / anh / thấy / người / thế nào

➡ ______________________________?

2. anh / không / trông / khỏe / được

➡ ______________________________.

3. thế nào / rồi / ông ấy / bệnh

➡ ______________________________?

4. chị / một chút / nghỉ / đi

➡ ______________________________!

5. gì / bị / bà ấy / bệnh

➡ ______________________________?

6. là / giỏi / bác sĩ / ông ấy / một

➡ ____.

7. đã uống / bốn / tôi / thuốc cảm / viên / rồi

➡ ____.

8 빈칸에 수동 표현 'bị' 또는 'được'를 알맞게 넣어 다음 문장을 완성해 보세요.

1. Tôi ____________ nhức đầu nhưng không ____________ sốt.

2. Không sao. Cô ấy đã ____________ uống thuốc rồi.

3. Hôm qua nó ____________ đi Vũng Tàu. Hôm nay nó ____________ cảm.

4. Chị Mai ____________ bệnh. Chị ấy ____________ nghỉ hai ngày.

5. Nó ____________ thầy cho nghỉ học vì ____________ sốt cao.

6. ____________ tai nạn nên anh ấy phải nằm bệnh viện mất 2 tháng.

7. Đang ____________ đau đầu nên trông cô ấy không vui.

단어 **nằm bệnh viện** 입원하다 | **tai nạn** 사고

9 예시와 같이 다음 문장을 'bị' 또는 'được'을 사용한 수동태 문장으로 만들어 보세요.

예시	Bác sĩ Nam khám bệnh cho tôi. 남 의사 선생님께서 저를 진찰해 주셨어요.	➡	Tôi được bác sĩ Nam khám bệnh. 저는 남 의사 선생님께 진찰받았어요.

1. (Tôi bị cảm.) Ông giám đốc cho tôi nghỉ một ngày.
(저는 감기에 걸렸어요.) 사장님이 저를 하루 쉬도록 했어요.

➡ Tôi được ____.

2. (Lan bị đau đầu.) Thầy giáo cho cô ấy về sớm.
(란 씨는 머리가 아파요.) 선생님이 그녀를 일찍 귀가하게 했어요.

➡ Lan ______________________________.

3. (Anh Nam bị bệnh.) Nhiều người đến thăm anh ấy.
(남 씨는 병에 걸렸어요.) 많은 사람들이 그를 찾아갔어요.

➡ Anh ấy ______________________________.

4. Nam đưa con trai bà Hai đến bệnh viện.
남 씨는 하이 씨의 아들을 병원으로 데려갔어요.

➡ Con trai bà Hai ______________________________.

5. Vợ ông ấy thường hỏi ông ấy đi đâu, làm gì, đi với ai.
그의 아내는 평소 그가 어디에 가는지, 무엇을 하는지, 누구와 가는지를 물어봐요.

➡ Ông ấy thường ______________________________.

6. Bác sĩ Hải đã khám bệnh miễn phí cho nhiều bệnh nhân nghèo.
하이 의사 선생님은 많은 가난한 환자들을 무료로 진찰해 줘요.

➡ Nhiều bệnh nhân nghèo đã ______________________________.

7. Mẹ cho Hoa uống nhầm thuốc.
엄마가 호아에게 잘못된 약을 먹였어요.

➡ Hoa ______________________________.

단어 **lầm / nhầm** 잘못되다 | **miễn phí** 무료의 | **nghèo** 가난하다

10 빈칸에 들어갈 알맞은 문장을 〈보기〉에서 골라 써 보세요.

보기 | (1) Chị ấy mới uống thuốc.
(2) Bây giờ tôi thấy hơi chóng mặt.
(3) Có lẽ anh bị cảm rồi.
(4) Nhưng nó không muốn đi khám bệnh.
(5) Bà ấy phải vào bệnh viện.
(6) Trông chị không được khỏe.

예시	(6) Trông chị không được khỏe. Chị nghỉ một chút đi. 당신은 몸이 안 좋아 보여요. 잠깐 쉬세요.

1. ① Trông anh có vẻ hơi mệt. ( ) ____________________
당신은 몸이 안 좋아 보여요.

② Bà Hoa bị bệnh nặng. ( ) ____________________
호아 씨는 심각한 병에 걸렸어요.

③ ( ) ____________________ Bây giờ trông chị ấy khỏe hơn.
지금 그녀는 더 나아 보여요.

④ Hôm qua tôi làm việc nhiều quá. ( ) ____________________
어제 저는 일을 너무 많이 했어요.

⑤ Nó bị sốt cao và ho nhiều. ( ) ____________________
그 아이는 열이 높고 기침을 많이 해요.

보기	(1) Ông bác sĩ ấy làm việc ở đâu? (2) Bệnh của ông ấy thế nào? (3) Bây giờ cô thấy trong người thế nào? (4) Con trai của chị đã hết bệnh chưa? (5) Tại sao hôm qua anh không đi học?

2. ① **A** ( ) ____________________
B Tôi thấy hơi đau bụng. 저는 배가 조금 아파요.

② **A** ( ) ____________________
B Vì tôi bị cảm. 왜냐하면 저는 감기에 걸렸기 때문이에요.

③ **A** ( ) ____________________
B Ở bệnh viện Nguyễn Trãi. 응웬짜이 병원에서요.

④ **A** ( ) ____________________
B Cảm ơn chị. Nó hết bệnh rồi. 고마워요. 그 아이는 병이 다 나았어요.

⑤ **A** ( ) ______________________________

B Bệnh ông ấy rất nặng. 그의 병세는 매우 심각해요.

11 예시와 같이 질문에 맞는 답변을 완성해 보세요. (단, 'thấy'를 사용할 것)

예시 | **A** Anh thấy trong người thế nào? 당신은 몸 상태가 어때요? **B** Tôi thấy khó chịu quá. 저는 너무 힘들어요.

1. **A** Chị đã thấy khỏe chưa? 당신은 다 나았나요?

   B ______________________________.

2. **A** Sau khi uống thuốc, anh thấy trong người thế nào? 약을 먹은 후에, 몸 상태가 어때요?

   B ______________________________.

3. **A** Em còn thấy đau bụng nữa không? 너는 배가 여전히 아프니?

   B ______________________________.

4. **A** Bà thấy bác sĩ Thu thế nào? 당신이 보기에 투 의사 선생님은 어떤가요?

   B ______________________________.

5. **A** Chị thấy bệnh viện đó có tốt không? 당신이 보기에 그 병원은 좋은가요?

   B ______________________________.

6. **A** Cô thấy chân đỡ đau chưa? 당신은 다리 아픈 게 나았나요?

   B ______________________________.

7. **A** Em còn thấy chóng mặt không? 당신은 여전히 현기증이 있나요?

   B ______________________________.

단어 **chân** 다리 | **đỡ** 나아지다, 줄어들다

12 예시와 같이 'chắc là'를 사용하여 추측을 나타내는 답변을 써 보세요.

예시 | Hôm nay trông ông giám đốc có vẻ khó chịu. 오늘 사장님이 불편해 보이세요.
➡ Chắc là ông ấy bị mệt vì công việc quá nhiều.
아마도 그는 너무 많은 일 때문에 피곤한 것 같아요.

1. Sáng nay trông cô Lan có vẻ hơi buồn.
오늘 아침 란 씨는 조금 슬퍼 보여요.

➡ ______________________________.

2. Hôm nay trông anh Nam có vẻ lo lắng.
오늘 남 씨는 걱정스러워 보여요.

➡ ______________________________.

3. Hôm nay trông bà Tám có vẻ mệt mỏi.
오늘 땀 씨는 피곤해 보여요.

➡ ______________________________.

4. Trông ông ấy to, khỏe nhưng thường đi bệnh viên.
그는 크고 건강해 보이지만 자주 병원에 가요.

➡ ______________________________.

5. Trông nó có vẻ khỏe mạnh hơn trước.
그 아이는 예전보다 더 건강해 보여요.

➡ ______________________________.

6. Trông bà ấy xanh quá.
그 할머니는 너무 창백해 보여요.

➡ ______________________________.

단어 khỏe mạnh 건강하다 | lo / lo lắng 근심, 걱정하다

13 다음 질문에 대해 자유롭게 답해 보세요.

1. Khi ngồi làm việc với máy tính lâu, bạn thấy thế nào?
   컴퓨터 앞에서 오래 앉아 일할 때, 당신은 어떻게 느끼나요?

   ➡ ____.

2. Bạn có thường bị cảm không?
   당신은 자주 감기에 걸리나요?

   ➡ ____.

3. Khi bị cảm, bạn thường làm gì?
   감기에 걸렸을 때, 당신은 보통 무엇을 하나요?

   ➡ ____.

4. Khi thức khuya, bạn có thấy đau đầu không?
   밤을 새고 나면, 당신은 두통을 느끼나요?

   ➡ ____.

5. Theo bạn, chúng ta nên làm gì để có sức khỏe tốt?
   당신 생각에는, 건강을 위해 우리가 무엇을 해야 하나요?

   ➡ ____.

6. Khi thấy trong người không khỏe, bạn có thường đi khám bác sĩ không?
   몸 상태가 안 좋을 때, 당신은 보통 의사에게 진찰받으러 가나요?

   ➡ ____.

단어 **khám bác sĩ** (의사에게) 진찰받다 | **ít khi** / **hiếm khi** 거의 ~하지 않다

독해

Track 02_8

Ông Ba là nông dân. Năm nay ông ấy 70 tuổi nhưng trông ông còn rất khỏe. Ông làm việc nhiều, ăn nhiều và ngủ ngon. Ông uống rượu, hút thuốc nhưng không nhiều. Từ nhỏ đến lớn, ông ít khi phải đi khám bác sĩ. Khi bị cảm, đau đầu hay đau bụng, ông đến nhà của một y tá gần nhà mua thuốc về uống.

바 할아버지는 농부입니다. 그는 올해 70세이지만 여전히 매우 건강해 보입니다. 그는 일도 많이 하고, 많이 먹고 잠도 잘 잡니다. 그는 술을 마시고, 담배를 피우지만 많이 하진 않습니다. 어릴 때부터 지금까지 그는 의사에게 진찰받으러 거의 가지 않습니다. 감기에 걸리거나, 머리가 아프거나 배가 아플 때, 그는 집 근처의 한 간호사의 집에 방문해 약을 사서 먹습니다.

단어 **nông dân** 농부 | **ngủ ngon** 잘 자다

Anh có nhắn gì không ạ?

전하실 말씀 있으신가요?

학습 Point

- □ 전화 통화 관련 표현
- □ 부사 lại, đã
- □ 추측 표현 hình như
- □ vì……nên…… 구문

*회화문에서 배울 새 단어를 미리 학습해 보세요.

Track 03_1

……xin nghe ~입니다, ~전화 받았습니다(전화 받는 사람이 자신을 소개할 때 쓰는 표현)

nói chuyện 대화하다, 이야기하다	**đi ra ngoài** 외출하다
nói lại 다시 말하다	**nhắn** 메시지를 남기다
một lần nữa 한 번 더	**nhưng mà** 그런데, 그러나, 하지만
gọi điện 전화기, 전화를 걸다	**rảnh (rỗi)** 한가하다
rủ 권유하다	**rạp** 영화관, 극장
đúng giờ 제시간	**nhớ** 기억하다
ngay 즉시, 바로	**gặp nhau** 만나다

1. 사이공 여행사에 전화를 건 융

Track 03_2

Thư ký A-lô, Công ty Du lịch Sài Gòn xin nghe.

Dũng Dạ, cô làm ơn cho tôi nói chuyện với cô Thu Thủy.

Thư ký Vâng, xin anh đợi một chút……. A-lô, Thu Thủy không có ở đây.
Hình như cô ấy đi ra ngoài rồi. Anh có nhắn gì không ạ?

Dũng Xin lỗi. Xin cô nói lại một lần nữa.

Thư ký Anh-có-nhắn-gì-không?

Dũng Dạ, dạ, có. Cô làm ơn nói với cô Thu Thủy là vì bận nên chiều nay tôi không đến gặp cô ấy được.

Thư ký Vâng, tôi sẽ nhắn lại. Còn gì nữa không ạ?

Dũng Dạ, không. Cảm ơn cô nhiều.

Thư ký Nhưng mà anh tên gì? A-lô……, A-lô…….

비서 여보세요, 사이공 여행사입니다.

융 네, 투 투이 씨를 바꿔 주세요.

비서 네, 잠시만 기다려 주세요……. 여보세요, 투 투이 씨는 여기 없습니다.
아마 그녀는 밖에 나간 듯해요. 전하실 말씀이 있으신가요?

융 죄송합니다. 한 번 더 말씀해 주세요.

비서 전하실–말씀–있으신가요?

융 네, 네, 있어요. 제가 바쁘기 때문에 오늘 오후에 그녀를 만나러 갈 수 없다고 투 투이 씨에게 전해 주세요.

비서 네, 제가 전해드릴게요. 더 전하실 게 있으신가요?

융 네, 아니요. 감사합니다.

비서 그런데 성함이 무엇인가요? 여보세요……, 여보세요…….

대화 내용을 바탕으로, 다음 질문에 답해 보세요.

1. Dũng gọi điện đến đâu?
융 씨는 어디에 전화를 걸었나요?

2. Dũng muốn nói chuyện với ai?
융 씨는 누구와 대화하고 싶어 하나요?

3. Dũng có nhắn gì không?
융 씨는 무슨 말을 전했나요?

4. Cô thư ký có biết tên của Dũng không? Tại sao?
비서는 융 씨의 이름을 아나요? 그 이유는 무엇인가요?

2. 투 투이에게 전화를 건 찌

Track 03_3

Chi	A-lô, làm ơn cho tôi nói chuyện với Thu Thủy.
Thu Thủy	Thu Thủy đây. Xin lỗi, ai gọi đấy ạ?
Chi	Chi đây.
Thu Thủy	À, Chi đó hả? Khỏe không?
Chi	Khỏe. Chiều nay Thủy rảnh chứ?
Thu Thủy	Để mình xem lại đã. Có gì không, Chi?
Chi	Mình muốn rủ Thủy chiều nay đi xem phim.
Thu Thủy	Ừ, đi cũng được. Mấy giờ? Ở đâu?
Chi	Năm giờ rưỡi. Ở rạp Rex.
Thu Thủy	Năm-giờ-rưỡi. Ở-rạp-Rex.
Chi	Ừ. Thôi, chào nhé. Chiều nay gặp lại. Nhớ đến đúng giờ nhé.
Thu Thủy	Ừ. Chiều nay gặp lại.

찌	여보세요. 투 투이 씨를 바꿔 주세요.
투 투이	투 투이입니다. 실례지만, 전화를 거신 분이 누구인가요?
찌	찌입니다.
투 투이	아, 찌 씨입니까? 잘 지내요?
찌	잘 지내요. 오늘 오후에 투이 씨 한가하죠?
투 투이	먼저 다시 한 번 확인해 보고요. 무슨 일이죠, 찌 씨?
찌	오늘 오후에 영화 보러 투이 씨를 데려가고 싶어요.
투 투이	아, 갈 수 있어요. 몇 시에요? 어디에서요?
찌	다섯 시 반이요. 렉스 영화관에서요.
투 투이	다-섯-시-반. 렉-스-영-화-관-에-서.
찌	네. 그럼, 이만. 오늘 오후에 만나요. 제시간에 오세요.
투 투이	네. 오늘 오후에 만나요.

대화 내용을 바탕으로, 다음 질문에 답해 보세요.

1. Chi gọi điện cho Thu Thủy để làm gì?
찌 씨는 투 투이 씨에게 무엇을 위해 전화했나요?

2. Thu Thủy có trả lời ngay câu hỏi của Chi không?
투 투이 씨는 찌 씨의 질문에 바로 대답했나요?

3. Họ sẽ gặp nhau ở đâu? Lúc mấy giờ?
그들은 어디에서 몇 시에 만날 예정인가요?

문법

1 추측 표현 hình như

자신이 추측하는 바에 대해 조심스럽게 나타낼 때 사용하는 'hình như'는 '아마(도)', '~인 듯하다', '(마치) ~인 것 같다'라는 의미입니다. 2과에서 학습한 'chắc là'에 비해 뒷받침할 만한 근거나 확신이 더 적은 경우에 사용합니다.

- Hình như ông ấy đi về nhà rồi.
  아마도 그는 집으로 돌아간 듯해요.
- Cô ấy hình như không muốn gặp tôi.
  그녀는 아마 저를 만나고 싶지 않은 것 같아요.

2 부사 lại

서술어 뒤에 위치하는 부사 'lại'는 어떠한 행위의 반복을 강조할 때 사용하여 '다시', '또'라는 의미를 나타냅니다.

- Xin cô nhắc lại một lần nữa.
  제게 다시 한 번 알려주세요.
- Tôi sẽ gọi lại sau.
  제가 다음에 다시 전화할게요.

단어 **nhắc lại** 상기시키다 | **lần** 번, ~회

3 부사 đã

문장 끝에 위치하는 'đã'는 '먼저 ~하고', '우선 ~한 후에'라는 의미입니다. 앞서 언급한 행위를 먼저 완료한 후에, 'đã' 뒤에 위치하는 행위를 해야 한다는 의미를 나타냅니다. 'đã'는 주로 완료를 나타내는 'rồi'와 함께 쓰입니다.

- Để tôi xem lại chương trình làm việc đã, rồi sẽ gọi điện báo cho chị sau.
  우선 제가 업무표를 다시 한 번 보고, 그 다음에 언니에게 전화로 알려줄게요.
- Còn sớm. Anh ở lại chơi một chút nữa đã, rồi hãy về.
  아직 일러요. 우선 여기서 조금 더 놀면서 계시다가, 돌아가세요.

단어 **xem lại** 다시 보다 | **sớm** 곧, 이르다

4 vì……nên…… 구문

인과관계를 나타내는 'vì……nên……' 구문은 '~하기 때문에 ~하다'라는 의미를 가집니다. '~때문에'라는 의미의 'vì'가 이끄는 문장은 특정 결과를 초래한 원인이나 이유를 나타내며, '따라서', '그래서'라는 의미의 'nên'의 뒤에 오는 문장은 앞의 문장으로 인한 결과를 나타냅니다.

- Vì bận họp nên tôi đã không gọi điện cho anh được.
  회의 때문에 바빠서 저는 형에게 전화할 수 없었어요.
- Vì gọi điện thoại quốc tế nhiều nên tháng này anh ấy phải trả gần một triệu đồng.
  국제전화를 많이 이용해서 이번 달에 그는 거의 100만 동을 지불해야 해요.

단어 **bận** 바쁘다 | **họp** 회의하다 | **điện thoại** 전화, 전화하다 | **quốc tế** 국제

1 제시된 단어들을 문장에서 표시된 부분에 적용하여 말하기 연습을 해 보세요.

Track 03_4

1. A-lô, làm ơn cho tôi nói chuyện với ① Thu Thủy.

여보세요, 투 투이 씨 좀 바꿔 주세요.

①	
anh Nam	여보세요, 남 씨 좀 바꿔 주세요.
bác sĩ Hải	여보세요, 하이 의사 선생님 좀 바꿔 주세요.
ông giám đốc công ty	여보세요, (회사) 사장님 좀 바꿔 주세요.
người quản lý khách sạn	여보세요, 호텔 관리인 좀 바꿔 주세요.

2. A-lô, ① Công ty Du lịch Sài Gòn xin nghe.

여보세요, 사이공 여행사입니다.

①	
Công ty Xây dựng	여보세요, 건설 회사입니다.
Bệnh viện Nguyễn Trãi	여보세요, 응웬짜이 병원입니다.
Khách sạn Sài Gòn	여보세요, 사이공 호텔입니다.
Khoa Việt Nam học	여보세요, 베트남학과입니다.

3. ① Cô làm ơn cho tôi nói chuyện với ② cô Thu Thủy.

당신이 저에게 투 투이 씨 좀 바꿔 주세요.

①	②	
anh	chị Mai	형(오빠)이 저에게 마이 언니 좀 바꿔 주세요.
chị	ông giám đốc công ty	누나(언니)가 저에게 회사 사장님 좀 바꿔 주세요.
bà	giáo sư Lâm	할머니가 저에게 럼 교수님 좀 바꿔 주세요.
ông	bác sĩ Hải	할아버지가 저에게 하이 의사 선생님 좀 바꿔 주세요.

4. Hình như ① cô ấy vừa mới ② đi ra ngoài.

아마 그녀는 방금 막 외출한 듯해요.

①	②	
chị ấy	đến đây	아마 그 누나(언니)는 방금 막 여기에 온 듯해요.
bà ấy	về đến nhà	아마 그 할머니는 방금 막 집에 도착한 듯해요.
anh ấy	gọi điện thoại cho chị	아마 그 형(오빠)은 방금 막 누나(언니)에게 전화를 건 듯해요.
cô Lan	gọi điện thoại cho anh	아마 란 선생님은 방금 막 형에게 전화를 건 듯해요.

5. Vì ① bận nên chiều nay ② tôi không đến gặp cô ấy được.

왜냐하면 바쁘기 때문에 오늘 오후에 저는 그녀를 만나러 갈 수 없어요.

①	②
mệt	anh ấy không đi làm
bị cảm	bà ấy không đến đây
phải làm việc	cô ấy không gặp anh
không có tiền	anh ấy không đi xem phim

왜냐하면 피곤하기 때문에 오늘 오후에 그 형(오빠)은 일하러 갈 수 없어요.

왜냐하면 감기에 걸렸기 때문에 오늘 오후에 그녀는 여기에 올 수 없어요.

왜냐하면 일을 해야 하기 때문에 오늘 오후에 그녀는 형을 만날 수 없어요.

왜냐하면 돈이 없기 때문에 오늘 오후에 그 형(오빠)은 영화를 보러 갈 수 없어요.

6. Để ① mình ② xem lại đã. 우선 제가 다시 확인해 보고요.

①	②	
tôi	nghỉ một chút	우선 제가 잠깐 쉬고요.
chị ấy	suy nghĩ	우선 그 누나(언니)가 생각해 보고요.
cô ấy	học bài xong	우선 그녀가 공부를 끝내고요.
ông ấy	làm việc xong	우선 그가 일을 끝내고요.

단어 **khách sạn** 호텔 | **quản lý** 관리하다 | **xây dựng** 건설하다 | **khoa** 학과 | **suy nghĩ** 생각하다 | **xong** 끝내다

2 제시된 단어들을 대화 속 표시된 부분에 적용하여 말하기 연습을 해 보세요.

Track 03_5

1. **A** A-lô, ① Công ty Du lịch Sài Gòn nghe đây. 여보세요, 사이공 여행사입니다.

①
Bệnh viện Nguyễn Trãi / Khách sạn Sài Gòn /
응웬짜이 병원 / 사이공 호텔
Bưu điện Thành phố / Công ty Bến Thành
중앙 우체국 / 벤탄 회사

B Dạ, cô làm ơn cho tôi nói chuyện với ② cô Thu Thủy. 네, 투 투이 씨 좀 바꿔주세요.

②
bác sĩ Hải / ông Nam, phòng 203 / ông giám đốc / bà Lan
하이 의사 선생님 / 203호실의 남 씨 / 사장님 / 란 씨

2. **A** Hình như ① cô ấy vừa mới đi ra ngoài. Anh có nhắn gì không ạ?
아마 그녀는 방금 막 외출한 듯해요. 전하실 말씀 있으신가요?

①
chị ấy / ông ấy / anh Nam / anh ấy
그녀 / 그 / 남 씨 / 그 형

B Cô làm ơn nói với ① cô ấy là vì bận nên chiều nay tôi ② không đến gặp cô ấy được.
제가 바쁘기 때문에 오늘 오후에 그녀를 만나러 갈 수 없다고 그녀에게 전해 주세요.

②
không đi họp được / sẽ đến công ty lúc 3 giờ /
회의에 갈 수 없다 / 3시에 회사에 도착하다
sẽ về sớm / không đi uống bia với anh ấy được
일찍 돌아오다 / 그와 맥주를 마시러 갈 수 없다

3. **A** Chiều nay Thủy ① rảnh chứ? 오늘 오후에 투이 씨는 한가하죠?

①
đi học / đi họp / về nhà sớm / đi chơi với chúng tôi
공부하러 가다 / 회의하러 가다 / 일찍 귀가하다 / 우리와 함께 놀러가다

B Để mình ② xem lại đã. 먼저 다시 확인해 보고요.

②
suy nghĩ / hỏi lại / xin phép ông giám đốc / xem lại lịch làm việc
생각하다 / 다시 질문하다 / 사장님에게 허락받다 / 업무 일정을 다시 확인하다

4. **A** Xin lỗi, có phải ①Công ty Du lịch Sài Gòn đấy không ạ?

실례지만, 사이공 여행사가 맞습니까?

①
Khách sạn Sài Gòn (사이공 호텔) / Bệnh viện Nguyễn Trãi (응웬짜이 병원) /
Khoa Đông Phương học (동양학과) / nhà cô Lan (란 씨네 집)

B Dạ, không phải. Chị nhầm số rồi. Đây là ②nhà riêng.

네, 아닙니다. 전화를 잘못 거셨어요. 여기는 일반 가정집입니다.

②
trường đại học (대학교) / trường trung học Nguyễn Trãi (응웬짜이 중학교) /
Khoa Việt Nam học (베트남학과) / Bưu điện Thành phố (중앙 우체국)

1 베트남학과에 전화를 건 박 씨와 직원의 대화를 듣고, 다음 질문에 답해 보세요. Track 03_6

1. Park có biết số điện thoại của thầy Nam không?

박 씨는 남 선생님의 전화번호를 알고 있나요?

____

2. Park muốn gọi điện thoại cho thầy Nam để làm gì?

박 씨는 무엇 때문에 남 선생님과 통화하고 싶어 하나요?

____

3. Điện thoại của thầy Nam số mấy?

남 선생님의 전화번호는 몇 번인가요?

____

2 한 남자와 호텔 프런트 직원의 통화 내용을 듣고, 다음 질문에 답해 보세요.

Track 03_7

1. Ông ấy gọi điện đến khách sạn nào?
   그는 어느 호텔에 전화를 걸었나요?

   ____

2. Ông ấy muốn nói chuyện với ai?
   그는 누구와 통화하고 싶어 하나요?

   ____

3. Ông ấy có nhắn gì không?
   그는 무슨 말을 남겼나요?

   ____

3 녹음을 듣고, 빈칸에 들어갈 알맞은 단어를 〈보기〉에서 골라 써 보세요.

Track 03_8

보기	công cộng / thẻ điện thoại / gọi / riêng

Ở Thành phố Hồ Chí Minh, việc liên lạc bằng điện thoại khá tiện lợi. Nếu muốn gọi điện thoại mà bạn không có điện thoại 1)__________ thì bạn có thể 2)__________ ở Bưu điện Thành phố, ở các nhà bưu điện khu vực hay ở các điểm điện thoại 3)__________. Nếu muốn gọi điện thoại ở các trạm điện thoại công cộng bạn cần phải có thẻ điện thoại. Bạn có thể mua 4)__________ ở bưu điện, ở một số nhà sách hay quầy sách báo.

단어 **khá** 제법, 꽤 | **cần / cần phải** 필요하다 | **công cộng** 공공의 | **điểm / địa điểm** 지점, 위치 | **giải đáp** 대답하다 | **khu vực** 지역, 구역 | **nhà sách** 서점 | **nhắn tin** 메시지, 문자를 보내다 | **quầy sách báo** 신문 가판대 | **tiện lợi** 편하다 | **trạm điện thoại** 전화부스(공공전화)

4 빈칸에 들어갈 알맞은 문장을 〈보기〉에서 골라 써 보세요.

보기 | (1) Dạ, ông ấy vừa mới đi ra ngoài.
(2) Dạ, cô làm ơn cho gặp cô Mai.
(3) A-lô, tôi nghe không rõ.
(4) Dạ, phải. Tôi là Nam đây.
(5) Anh có nhắn gì không ạ?
(6) Xin cho tôi gọi nhờ điện thoại một chút.

예시 | **A** A-lô, Khoa Việt Nam học nghe đây. 여보세요, 베트남학과입니다.
B (2) Dạ, cô làm ơn cho gặp cô Mai. 네, 마이 선생님을 만나게 해주세요.

1. **A** ( ) ____________ **B** Dạ không. Cảm ơn cô.
네, 없습니다. 감사합니다, 선생님.

2. **A** Ông Phú có ở đó không ạ? **B** ( ) ____________
푸 씨는 그곳에 있습니까?

3. **A** Xin lỗi, chị cần gì ạ? **B** ( ) ____________
실례지만, 무엇이 필요합니까?

4. ( ) ____________ Xin cô làm ơn nói lại một lần nữa.
다시 한 번 더 말씀해 주세요.

5. ( ) ____________ Xin lỗi, ai gọi đấy ạ?
실례지만, 전화하신 분은 누구십니까?

5 단어를 알맞게 배열하여 문장을 완성해 보세요.

1. hình như / mới / cô ấy / đi / ra ngoài

➡ ____________________.

2. có / lúc nãy / cho / ai / gọi / tôi / không

➡ ____________________?

3. giờ này / có / anh ấy / ở nhà / có lẽ

➡ ____.

4. cô / cho tôi / làm ơn / nói chuyện / phòng 309 / với ông Bình

➡ ____.

5. không ai / chuông điện thoại / nhưng / reng nhiều lần / nhấc máy

➡ ____.

단어 **có lẽ** 아마, 아마도 ~일 것이다 | **lúc nãy** 아까, 좀 전에 | **chuông** 벨, 종 | **reng / reo** 울리다

6 빈칸에 들어갈 말을 자유롭게 채워 문장을 완성해 보세요.

1. Lúc nãy có người gọi điện thoại cho chị nhưng không nói tên gì.

   Hình như anh ấy là ____.

2. Hôm qua tôi gọi điện cho anh ấy hơn một chục lần nhưng không lần nào gặp.

   Hình như anh ấy không ____.

3. Tháng này tôi gọi rất ít nhưng tiền cước điện thoại rất cao.

   Hình như có ai đó ____.

4. Tôi đã gọi điện đến công ty ấy ba lần rồi nhưng không ai trả lời.

   Hình như không ____.

5. Hình như thẻ điện thoại này ____.

6. Chị đã gọi cho John chưa? Hình như ____.

단어 **tiền cước / cước phí** 요금

7 예시와 같이 다음 문장을 'vì……nên……' 구문을 사용한 문장으로 만들어 보세요.

예시	Tôi không muốn đi chơi. Tôi mệt. 저는 놀러 가고 싶지 않아요. 저는 피곤해요.	➡	Vì mệt nên tôi không muốn đi chơi. 피곤하기 때문에 저는 놀러 가고 싶지 않아요.

1. Tôi gọi cho anh không được. Tôi ghi nhầm số.

   ➡ ____.

2. Chị Thu phải gọi lại nhiều lần. Đường dây bị bận.

   ➡ ____.

3. Điện thoại nhà tôi bị cắt. Tôi chưa thanh toán cước phí điện thoại.

   ➡ ____.

4. Anh ấy phải đến bưu điện. Thẻ điện thoại này chỉ gọi được trong nước thôi.

   ➡ ____.

5. Nó gọi điện thoại quốc tế nhiều quá. Tháng này nó phải trả hơn hai triệu đồng tiền cước phí điện thoại.

   ➡ ____.

6. Phước gọi điện báo là không đến được. Anh ấy bị bệnh.

   ➡ ____.

Tip! 'đường dây bị bận'은 '전화선이 바쁘다'라는 뜻으로 상대방이 현재 통화 중임을 뜻합니다.

단어 ghi 적다, 기록하다 | cắt 끊다 | đường dây 전화선 | thanh toán 계산하다 | thẻ điện thoại 전화카드 | trong nước 국내

8 예시와 같이 다음 문장을 'lại'를 사용한 문장으로 만들어 보세요.

예시	Tôi sẽ gọi cho cô ấy một lần nữa. 제가 그녀에게 한 번 더 전화할게요.	➡	Tôi sẽ gọi lại cho cô ấy. 제가 그녀에게 다시 전화할게요.

1. Cô làm ơn đọc số điện thoại của anh ấy một lần nữa.

   ➡ ______________________________.

2. Ông ấy mới đi ra ngoài à? Năm phút sau tôi sẽ gọi một lần nữa.

   ➡ ______________________________.

3. Điện thoại nhà tôi chưa gọi được. Xin các anh đến kiểm tra một lần nữa.

   ➡ ______________________________.

4. Tôi sẽ nói chuyện với ông ấy một lần nữa.

   ➡ ______________________________.

5. Anh xem tin nhắn trong điện thoại một lần nữa đi.

   ➡ ______________________________.

6. Phải đến công ty điện thoại ký hợp đồng một lần nữa à?

   ➡ ______________________________.

단어 hợp đồng 계약서 | số điện thoại 전화번호

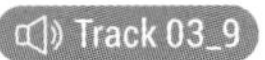

BƯU ĐIỆN THÀNH PHỐ HỒ CHÍ MINH

Hiện nay, Bưu điện Thành phố Hồ Chí Minh có nhiều dịch vụ như: dịch vụ nhắn tin, dịch vụ điện thoại di động, dịch vụ giải đáp v.v……. Nếu bạn quên số điện thoại của cơ quan, công ty hay cá nhân, bạn có thể gọi số mấy 116. Còn nếu bạn muốn biết những thông tin về văn hóa, thể thao, về giá cả các mặt hàng thiết yếu, giá vé máy bay, giá vé xe lửa, các chuyến bay đi và đến, tỉ giá hối đoái v.v……. thì bạn có thể hỏi số máy 1080. Ở đó, họ sẽ giải đáp cho bạn 24/24.

Sau đây là một vài số điện thoại cần thiết khác:

113: Công an

114: Cứu hỏa

115: Cấp cứu

Ngoài ra, còn có các hộp thư trả lời tự động sau đây:

8011101: Dự báo thời tiết

8011108: Tỷ giá hối đoái, giá vàng

8011141: Tin thể thao

호찌민시 중앙 우체국

오늘날, 호찌민시 중앙 우체국은 메시지 전송 서비스, 통신 서비스, 번호 안내 서비스 등을 제공합니다. 당신이 각 기관, 업체나 개인의 전화번호를 잊은 경우, 당신은 116번에 전화를 걸 수 있습니다. 또한 만일 당신이 문화, 체육, 생필품 물가, 항공편 정보 및 기차편 가격, 환율 등의 정보가 궁금한 경우, 1080번으로 전화할 수 있습니다. 24시간 응답해 주는 서비스입니다.

다음은 긴급 전화번호 안내입니다:
113: 경찰서 / 114: 소방서 / 115: 응급실

이 외에도, 다음과 같은 자동 응답 서비스가 있습니다:
8011101: 일기예보 / 8011108: 환전, 금 시세 / 8011141: 스포츠 소식

Tip! 현재 자동 응답 서비스는 호찌민시 중앙 우체국이 아닌 '베트남 우편전기공사(VNPT: Vietnam Posts and Telecommunications Group)'라는 기업의 비즈니스 활동 중 하나로 전향되었습니다. 또한, 시대의 변화에 따라 많은 전화 서비스가 사라졌으며 현재 긴급 전화번호는 114번으로 통합되었다는 점을 참고해 주시길 바랍니다.

단어 dịch vụ 서비스 | cá nhân 개인 | thông tin 정보 | văn hóa 문화 | giá / giá cả 가격 | mặt hàng 품목 | cần thiết / thiết yếu 필수적이다 | chuyến bay 항공 | cấp cứu 응급, 구급 | cơ quan 기관 | công an 경찰 | cứu hỏa 소방 | dự báo thời tiết 일기예보 | hộp thư 우편함 | quên 잊다 | tự động 자동 | tỷ giá hối đoái 환율

Anh đã đi Hà Nội bao giờ chưa?

형은 하노이에 가 본 적 있나요?

학습 Point

- □ 여행, 관광 관련 표현
- □ 경험 여부를 묻는 표현
- □ 동사 thấy
- □ nghe nói 구문
- □ 접속사 mà
- □ 조사 nhỉ

*회화문에서 배울 새 단어를 미리 학습해 보세요.

Track 04_1

thế nào 어떠하다, 어떻게

Tây 서쪽

lịch sử 역사

quen 친하다, 잘 알다

dễ thương 귀엽다

tham quan 관광하다

Lào 라오스

chùa 사찰, 절

hồ 호수

di tích văn hóa 문화 유적

dịp 기회

người quen 지인, 아는 사람

hướng dẫn 안내하다

thắng cảnh 경치

đoạn đường 구간, 루트

chúc 바라다, 기원하다

1. 하노이로 여행 가고 싶어 하는 톰

Track 04_2

Tom	Anh đã đi Hà Nội bao giờ chưa?
Dũng	Rồi. Tôi đã đi Hà Nội hai lần rồi.
Tom	Hai lần rồi à? Anh thấy Hà Nội thế nào?
Dũng	Đẹp lắm. Hà Nội có nhiều hồ lớn như Hồ Gươm, Hồ Tây……, và nhiều di tích văn hóa, lịch sử. Còn anh, anh đã đi Hà Nội bao giờ chưa?
Tom	Chưa. Tôi chưa bao giờ đi Hà Nội. Tôi rất muốn đi nhưng chưa có dịp. Nếu rảnh, có lẽ tháng sau tôi sẽ đi.
Dũng	Nếu anh đi Hà Nội, tôi sẽ giới thiệu anh với một người quen.
Tom	Ồ, hay quá. Ai vậy?
Dũng	Nhân viên một công ty du lịch.
Tom	Cô ấy…… chắc là đẹp lắm, phải không?
Dũng	Không, không phải cô ấy, mà là anh ấy. Anh ấy dễ thương lắm. Anh ấy sẽ hướng dẫn anh tham quan một số thắng cảnh ở Hà Nội.

톰 형은 하노이에 가 본 적 있나요?

융 네. 저는 하노이에 두 번 가 봤어요.

톰 두 번이요? 형이 보기에 하노이는 어땠어요?

융 아주 예뻐요. 하노이는 호안끼엠, 서 호와 같은 큰 호수가 많이 있고, 역사 문화 유적지가 많아요.
그러는 당신은요, 하노이에 가 본 적 있나요?

톰 아직이요. 저는 하노이에 가 본 적이 없어요. 저는 매우 가고 싶지만 기회가 아직 없었어요. 만약 한가하다면, 아마 다음 달에 갈 거예요.

융 만약 당신이 하노이에 간다면, 제가 제 지인을 한 명 소개해 줄게요.

톰 오, 너무 좋아요. 누구예요?

융 어떤 여행사의 직원이에요.

톰 그녀는……, 아마 아주 예쁠 거예요, 그렇죠?

융 아니요. '그녀'가 아니고 '그'입니다. 그는 아주 귀여워요. 그가 하노이에 경치 좋은 곳 몇 군데를 안내해 줄 거예요.

대화 내용을 바탕으로, 다음 질문에 답해 보세요.

1. Dũng đã đi Hà Nội bao giờ chưa? 융 씨는 하노이에 가 본 적이 있나요?

2. Ở Hà Nội có những hồ nào? 하노이에는 어떤 호수들이 있나요?

3. Tom định bao giờ đi Hà Nội? 톰 씨는 언제 하노이에 갈 예정인가요?

4. Dũng định giới thiệu ai cho Tom khi anh ấy đến Hà Nội?
융 씨는 톰 씨가 하노이에 갈 때 누구를 소개해 줄 예정인가요?

5. Người quen của Dũng làm nghề gì? 융 씨의 지인은 어떤 일을 하나요?

2. 라오스로 여행 갈 준비를 하는 마리

Track 04_3

Mai	Nghe nói chị sắp đi du lịch, phải không?
Mary	Vâng. Thứ bảy tuần sau tôi sẽ đi Lào.
Mai	Ồ, thích quá nhỉ! Thế, chị định đi bằng phương tiện gì?
Mary	Bằng xe lửa và bằng ô tô. Từ Thành phố Hồ Chí Minh ra Huế, tôi sẽ đi bằng xe lửa. Đoạn đường từ Huế đến Lào tôi sẽ đi bằng ô tô.
Mai	Nghe nói là ở bên Lào có nhiều chùa đẹp lắm. Chị định ở đấy bao lâu, chị Mary?
Mary	Khoảng hai tuần.
Mai	Chúc chị đi du lịch vui.

마이	듣자 하니 곧 여행을 간다던데, 맞나요?
마리	네. 다음 주 토요일에 저는 라오스에 갈 거예요.
마이	오, 너무 좋겠네요! 그렇다면, 언니는 무엇을 타고 갈 예정이에요?
마리	기차와 자동차를 타고 갈 거예요. 호찌민시에서 후에까지 저는 기차를 타고 갈 거고, 후에에서 라오스까지 가는 구간은 자동차를 타고 갈 거예요.
마이	듣자 하니 라오스는 아주 예쁜 사찰이 많대요. 그곳에 얼마나 있을 거예요, 마리 씨?
마리	대략 2주 동안이요.
마이	즐거운 여행 되세요.

✔ **대화 내용을 바탕으로, 다음 질문에 답해 보세요.**

1. Mary định đi du lịch ở đâu?
   마리 씨는 어디로 여행을 가나요?

2. Bao giờ Mary bắt đầu đi du lịch?
   마리 씨는 언제 여행을 시작하나요?

3. Mary sẽ đi bằng phương tiện gì?
   마리 씨는 무엇을 타고 갈 건가요?

4. Mary sẽ đi du lịch ở Lào trong bao lâu?
   마리 씨는 라오스에서 얼마나 여행할 예정인가요?

1 경험 여부를 묻는 표현

'đã······bao giờ chưa?', 'đã bao giờ······chưa?'는 '~한 적이 있나요?', '~한 경험이 있나요?'라는 의미로, 말하는 시점에서 그 이전 경험의 여부를 묻는 의문문입니다. 두 번째 대화 예문과 같이 'bao giờ'와 동사의 위치를 바꿀 수 있습니다. 답변은 긍정의 의미인 경우에 'rồi', 부정의 의미인 경우에 'chưa'로 대답할 수 있습니다.

- **A** Anh đã gặp cô ấy bao giờ chưa?
  형은 그녀를 만난 적이 있나요?
  B Chưa. Tôi chưa bao giờ gặp cô ấy.
  아직이요. 저는 그녀를 만난 적이 없어요.
- **A** Anh đã bao giờ đi Hà Nội chưa?
  형은 하노이에 가 본 적이 있나요?
  B Rồi. Tôi đã đi Hà Nội nhiều lần rồi.
  있어요. 저는 하노이에 여러 번 갔어요.

2 동사 thấy

감정과 의견을 나타내는 'thấy'는 '느끼다', '~하게 보다', '~라고 생각하다'라는 의미를 가진 동사입니다. 2과에서 배운 것처럼 감각을 느끼는 경우에 사용하기도 하며, 아래 예문과 같이 자신의 의견을 나타낼 때 사용하기도 합니다.

- Tôi thấy ở đây hơi bất tiện. 제가 보기에 여기는 조금 불편해요.
- Anh thấy món ăn này thế nào? 형이 보기에 이 음식이 어때요?

3 nghe nói 구문

어떠한 소식통으로부터 자신이 들은 정보를 전할 때 사용하는 'nghe nói'는 '듣자 하니', '듣기로는'이라는 의미를 가집니다. 주로 소극적인 확신을 전할 때 사용합니다.

- Nghe nói Vịnh Hạ Long rất đẹp. 듣자 하니 하롱베이는 매우 예쁘대요.
- Tôi nghe nói cô ấy sắp đi du lịch ở Pháp một tháng.
  제가 듣기로는 그녀가 곧 프랑스로 한 달 여행을 갈 거래요.

4 접속사 mà

'mà'는 '그런데', '그렇지만'이라는 의미로, 첫 번째 예문과 같이 앞에서 언급한 내용과 상응하지 않는 모순된 상황을 나타내거나, 두 번째 예문과 같이 앞뒤 절이 상반된 내용을 이야기할 때 사용합니다.

- Đến giờ học rồi mà anh còn ngủ. 학교 갈 시간이 되었는데 그는 아직도 자고 있어요.
- Nó không thích đọc sách mà chỉ thích xem phim.
  그는 책 읽는 걸 좋아하지 않고 영화 보는 것만 좋아해요.

5 조사 nhỉ

'nhỉ'는 '~군요', '그렇지?', '그렇지 않니?' 등의 의미를 가진 문미조사입니다. 새롭게 깨달은 것에 대한 긍정의 뜻을 나타내거나 대화에서 자신의 말에 상대방의 공감이나 동의를 구할 때 사용합니다.

- Ừ nhỉ. Có lẽ anh nói đúng đấy. 그렇군요. 아마 당신 말이 맞는 것 같아요.
- Anh ấy nói tiếng Việt giỏi quá nhỉ. 그는 베트남어를 정말 잘하지, 그렇지?
- Hôm nay trời lạnh quá, chị nhỉ? 오늘 날씨가 너무 추워요. 그렇지 않나요, 언니?

1 제시된 단어들을 문장에서 표시된 부분에 적용하여 말하기 연습을 해 보세요.

Track 04_4

1. ① Anh đã ② đi Hà Nội bao giờ chưa? 당신은 하노이에 가 본 적 있나요?

①	②	
chị	đi Nha Trang	누나(언니)는 나트랑에 가 본 적 있나요?
bà	đi chùa Hương	할머니는 흐엉 사원에 가 본 적 있나요?
ông	đến đấy	할아버지는 그곳에 가 본 적 있나요?
cô	gặp người đàn ông đó	(여)선생님은 그 남자를 만나 본 적 있나요?

2. Rồi. ① Tôi đã ② đi Hà Nội hai lần rồi. 네. 저는 하노이에 두 번 갔어요.

①	②	
cô ấy	đi Huế	네. 그녀는 후에에 두 번 갔어요.
chị ấy	đi du lịch nước ngoài	네. 그 누나(언니)는 해외여행을 두 번 갔어요.
ông ấy	đi Hà Nội thăm bà con	네. 그는 친척을 만나러 하노이에 두 번 갔어요.
em trai tôi	đến công ty ấy	네. 제 남동생은 그 회사에 두 번 갔어요.

3. Chưa. ① Tôi chưa bao giờ ② đi Hà Nội. 아직이요. 저는 하노이에 가 본 적 없어요.

①	②	
ông ấy	đi Hội An	아직이요. 그는 호이안에 가 본 적 없어요.
chúng tôi	đi Đồng bằng sông Cửu Long	아직이요. 우리는 메콩삼각주에 가 본 적 없어요.
cô ấy	đi du lịch một mình	아직이요. 그녀는 혼자 여행 가 본 적 없어요.
bà ấy	đi bằng tàu thủy	아직이요. 그녀는 배를 타고 가 본 적 없어요.

4. ① Anh thấy ② Hà Nội thế nào? 당신이 느끼기에 하노이는 어떤가요?

①	②	
chị	thành phố này	누나(언니)가 느끼기에 이 도시는 어떤가요?
anh	công viên này	형(오빠)이 느끼기에 이 공원은 어떤가요?
các anh	bãi biển này	여러분이 느끼기에 이 해변은 어떤가요?
các bạn	khách sạn này	여러분이 느끼기에 이 호텔은 어떤가요?

5. Không, không phải ①cô ấy mà là ②anh ấy. 아니요, 그녀가 아니라 그입니다.

①	②	
tôi	anh trai tôi	아니요, 제가 아니라 저의 친형(오빠)입니다.
ông giám đốc	ông bảo vệ	아니요, 사장님이 아니라 그 경비원입니다.
giá vé cao	cách phục vụ không tốt	아니요, 비싼 푯값이 아니라 좋지 않은 서비스입니다.
xe lửa	xe điện	아니요, 기차가 아니라 전철입니다.

6. Nghe nói là ở ①bên Lào có nhiều ②chùa đẹp lắm. 듣자 하니 라오스는 아주 예쁜 사찰이 많대요.

①	②	
Hà Nội	hồ rất lớn	듣자 하니 하노이는 매우 큰 호수가 많대요.
Vũng Tàu	bãi biển rất đẹp	듣자 하니 붕다우는 매우 예쁜 해변이 많대요.
Đà Lạt	loại hoa rất lạ	듣자 하니 달랏은 매우 독특한 종류의 꽃이 많대요.
Chợ Lớn	chùa của người Hoa	듣자 하니 런 시장에는 중국식 사찰이 많대요.

단어 **người đàn ông** 남자 | **thăm** 방문하다 | **sông Cửu Long** 메콩강 | **một mình** 혼자 | **tàu thủy** 배(교통수단) | **công viên** 공원 | **bãi biển** 해변 | **bảo vệ** 보호하다 | **người bảo vệ** 경비원 | **cách** 방법 | **phục vụ** 서비스 | **xe điện** 전철 | **lạ** 독특하다 | **người Hoa** 화교

2 제시된 단어들을 대화 속 표시된 부분에 적용하여 말하기 연습을 해 보세요.

Track 04_5

1. **A** ①Anh đã ②đi Hà Nội bao giờ chưa? 당신은 하노이에 가 본 적 있나요?

①
chị / ông / bà / anh
누나(언니) 할아버지 할머니 형(오빠)

②
đi Hội An / đến Huế / đi nước ngoài / đến nhà cô ấy
호이안에 가다 후에에 가다 해외에 가다 그녀의 집에 가다

B Rồi. Tôi đã ②đi Hà Nội ③hai lần rồi. 네. 저는 하노이에 두 번 갔어요.

③
nhiều lần / một lần / ba lần / nhiều lần
여러 번 한 번 세 번 여러 번

2. **A** ①Anh đã ②đi máy bay bao giờ chưa? 당신은 비행기를 타 본 적 있나요?

①
chị / bà / cô / ông
누나(언니) 할머니 (여)선생님 할아버지

②
đi tàu thủy / đi xe điện ngầm /
배를 타다 지하철을 타다
đến Đồng bằng sông Cửu Long / đến viện bảo tàng ấy
메콩삼각주에 가다 그 박물관에 가다

B Chưa. Tôi chưa bao giờ ②đi máy bay cả. 아직이요. 저는 비행기를 타 본 적이 전혀 없어요.

3. **A** Anh thấy ①Hà Nội thế nào? 당신이 느끼기에 하노이는 어떤가요?

①
Thành phố Hồ Chí Minh / khách sạn này / khu nghỉ mát ở đây / phòng này
호찌민시 이 호텔 이곳의 리조트 이 방

B Tôi thấy ①Hà Nội ②rất đẹp. 제가 보기에 하노이는 매우 아름다워요.

②
ô nhiễm quá / phục vụ rất tốt / thật tuyệt vời / hơi nhỏ
너무 오염되었어요 서비스가 매우 좋아요 정말 훌륭해요 조금 작아요

4. **A** Nghe nói chị ①sắp đi du lịch, phải không? 듣자 하니 당신은 곧 여행을 간다던데, 맞나요?

①
sắp đi nghỉ mát / đi Hội An rồi / đến đảo Phú Quốc rồi / sắp về nước
곧 휴가를 간다 호이안에 다녀왔다 푸꾸옥 섬에 갔었다 곧 귀국한다

B Vâng. ②Thứ bảy tuần sau tôi ③sẽ đi Lào. 네. 다음 주 토요일에 저는 라오스에 갈 거예요.

②
thứ năm tuần này / hè năm ngoái / tháng 8 năm ngoái / cuối năm nay
이번 주 목요일 작년 여름 작년 8월 올해 말

③
sẽ đi Vũng Tàu / đã đến đấy / sẽ về nước
붕따우에 갈 거예요 그곳에 갔어요 귀국할 거예요

5. **A** ①Cô ấy là ②sinh viên, phải không? 그녀는 대학생이 맞나요?

①
anh ấy / người đàn ông đó / cô gái ấy / anh sinh viên ấy
그 / 그 남자 / 그 여자 / 그 남학생

②
bác sĩ / bảo vệ / ca sĩ / người Mỹ
의사 / 경비원 / 가수 / 미국인

B Không, cô ấy không phải là ②sinh viên mà là ③giáo viên.
아니요, 그녀는 대학생이 아니라 선생님이에요.

③
bệnh nhân / giám đốc / khán giả / người Đức
환자 / 사장님 / 관객 / 독일인

연습 문제

1 존 씨와 럼 씨의 대화를 듣고, 다음 질문에 답해 보세요. Track 04_6

1. Quê nội Lâm ở đâu? 럼 씨의 친가 쪽 고향은 어디인가요?

____

2. John đã đi Huế bao giờ chưa? 존 씨는 후에에 가 본 적이 있나요?

____

3. Ở Huế có gì? 후에에는 무엇이 있나요?

____

4. John định bao giờ đi Huế?
존 씨는 후에에 언제 갈 예정인가요?

5. Nếu John đến Huế, Lâm sẽ giới thiệu ai cho John?
존 씨가 후에에 도착하면, 럼 씨는 존 씨에게 누구를 소개해 줄 것인가요?

2 탄 씨와 쑤언 씨의 대화를 듣고, 다음 질문에 답해 보세요.

Track 04_7

1. Xuân sắp đi du lịch ở đâu? 쑤언 씨는 곧 어디로 여행 가나요?

2. Cô ấy sẽ ở đó bao lâu? 그녀는 그곳에 얼마나 있을 예정인가요?

3. Tại sao cô ấy không ở đó lâu hơn?
왜 그녀는 그곳에 더 오래 머물지 않나요?

4. Tại sao Thanh chưa đi du lịch ở Thái Lan?
왜 탄 씨는 아직 태국에 여행 가지 않았나요?

5. Chồng cô ấy muốn đi du lịch ở đâu?
그녀의 남편은 어디로 여행 가고 싶어 하나요?

3 질문에 대해 자유롭게 답해 보세요.

1. Lần đầu tiên bạn học tiếng Việt là bao giờ? 당신은 언제 처음 베트남어 공부를 시작했나요?

____

2. Bạn đã đi Nha Trang bao giờ chưa? 당신은 나트랑에 가 본 적이 있나요?

____

3. Ở Việt Nam bạn muốn đi du lịch ở đâu nhất? 당신은 베트남의 어느 지역을 가장 여행하고 싶나요?

____

4. Bao giờ bạn định đi Việt Nam? 당신은 언제 베트남에 갈 건가요?

____

5. Bạn thấy người Việt Nam thế nào? 당신이 느끼기에 베트남 사람은 어떤가요?

____

4 베트남에 가 본 경험이 있다면, 그 경험에 대해 자유롭게 말해 보세요. (비자 발급, 티켓 구매 방식, 항공편 번호, 기내 서비스, 현지 날씨 등)

____

____

____

____

5 예시와 같이 'nhỉ'를 사용하여 공감을 요청하는 문장을 만들어 보세요.

> 예시 | Bạn thấy cảnh ở Hạ Long rất đẹp. Bạn nói với Cúc:
> 당신은 하롱베이의 풍경이 매우 아름답다고 느낍니다. 당신은 꾹 씨에게 말합니다.
> ➡ Cảnh ở Hạ Long đẹp nhỉ? 하롱베이의 풍경은 너무 아름다워, 그렇지?

1. Bạn thấy mưa ở Huế kéo dài quá lâu. Bạn nói với Linda:
   당신은 후에에 비가 너무 오래 내린다고 느낍니다. 당신이 린다 씨에게 말합니다.

   ➡ ______________________________

2. Sau khi đi Nha Trang về, bạn thấy Nha Trang dạo này quá nóng. Bạn nói với Thu:
   나트랑에 갔다 돌아온 후, 당신은 요즘 나트랑이 너무 덥다고 느낍니다. 당신은 투 씨에게 말합니다.

   ➡ ______________________________

3. Gia đình bạn chờ ở sân bay quá lâu mà máy bay vẫn chưa đến. Bạn nói với bố:
   당신의 가족은 공항에서 한참 기다렸지만 비행기는 여전히 오지 않습니다. 당신은 아버지에게 말합니다.

   ➡ Sao ______________________________

4. Sau khi xem một số quảng cáo về chương trình du lịch ở Thái Lan, bạn thấy giá vé khá rẻ so với trước. Bạn nói với một người bạn:
   태국 여행 프로그램 광고를 몇 개 본 후, 당신은 예전보다 티켓 가격이 꽤 저렴하다고 느낍니다. 당신은 한 친구에게 말합니다.

   ➡ ______________________________

단어 kéo dài 지속되다 | so với ~와(과) 비교하여 | chương trình 프로그램 | quảng cáo 광고

6 빈칸에 들어갈 알맞은 단어를 〈보기〉에서 골라 써 보세요.

> 보기 | nghỉ mát / cao nguyên / nổi tiếng / nơi du lịch / đông bắc

Đà Lạt là một thành phố du lịch 1) __________ của Việt Nam. Năm 1893, Yersin- một bác sĩ người Pháp – đã tìm ra 2) __________ lý tưởng này. Đà Lạt ở độ cao 1500 mét so với mực nước biển, trên 3) ______________ Lâm Viên, cách Thành phố Hồ Chí Minh khoảng 300km về hướng 4) ______________ Đà Lạt có rất nhiều hoa. Người ta thường nói rằng khí hậu Đà Lạt giống mùa thu nước Pháp. Đà Lạt là một nơi 5) ______________ tuyệt vời.

단어 **cao nguyên** 고원 | **lý tưởng** 이상적이다 | **mực nước biển** 해발 | **độ cao** 고도 | **hoa** 꽃 | **khí hậu** 기후 | **mùa thu** 가을

7 같은 부류에 속하지 않는 단어에 동그라미 표시해 보세요.

1. máy bay, xe lửa, vé, xe điện, xe buýt, ô tô, tàu thủy, chuyến bay

2. sân bay, chùa, bãi biển, dễ thương, công viên, nổi tiếng, viện bảo tàng, nhà thờ

단어 **tắm biển** 해수욕하다

8 접속사 mà를 이용하여 한 문장으로 연결해 보세요. (단, 경우에 따라 불필요한 단어는 제외)

예시 | Anh đi Huế hai lần. Anh chưa biết chợ Đông Ba ở đâu à?
당신은 후에에 두 번 갔어요. 동바 시장이 어딘지 아직도 모른다고요?
➡ Anh đã đi Huế hai lần mà chưa biết chợ Đông Ba ở đâu à?
당신은 후에에 두 번 갔는데 동바 시장이 어딘지 아직도 모른다고요?

1. Đến giờ ra sân bay rồi. Hà chưa chuẩn bị xong hành lý.

➡ ______________________________

2. Anh đã đi tắm biển nhiều lần. Anh không biết bơi à?

➡ ______________________________

3. Không phải Tân là hướng dẫn viên du lịch. Vân là hướng dẫn viên du lịch.

➡ ____

4. Nhóm khách du lịch này không đi đến Huế. Họ chỉ đến thăm Hội An thôi.

➡ ____

5. Anh ấy không thích đi du lịch. Anh ấy chỉ thích ở nhà đọc sách.

➡ ____

6. Phòng của anh không phải số 204. Phòng của anh số 402.

➡ ____

단어 **hành lý** 수하물 | **hướng dẫn viên** 여행 가이드 | **nhóm** 그룹

9 단어를 알맞게 배열하여 문장을 완성해 보세요.

1. thấy / chị / phong cảnh / đẹp / ở đây / có / không

➡ ____?

2. bằng xe lửa / đi / thấy / chúng tôi / thú vị / hơn

➡ ____.

3. chúng tôi / người dân / thấy / ở đây / rất thân thiện

➡ ____.

4. tôi / đi du lịch / tiện hơn / thấy / bằng máy bay

➡ ____.

5. thời tiết / tôi / hôm nay / dễ chịu / thấy / rất

➡ ____.

6. thấy / anh / thế nào / này / khu du lịch

➡ ____?

단어 phong cảnh 풍경 | thú vị 재미있다 | người dân 시민 | thân thiện 친절하다 | khu du lịch 여행지

10 'Tôi thấy……'를 활용하여 주어진 대상에 대한 당신의 의견을 표현해 보세요.

1. bãi biển ở Vũng Tàu 붕따우의 해변

➡ Tôi thấy ____.

2. một điểm du lịch ở Việt Nam mà bạn đã đến 당신이 가 본 베트남의 한 여행지

➡ Tôi thấy ____.

3. người Việt Nam 베트남 사람

➡ Tôi thấy ____.

4. áo dài Việt Nam 베트남 아오자이

➡ Tôi thấy ____.

5. món ăn Việt Nam 베트남 음식

➡ Tôi thấy ____.

6. lớp học tiếng Việt của bạn 당신의 베트남어 수업

➡ Tôi thấy ____.

11 예시와 같이 '……đã……bao giờ chưa?' 구문을 사용하여 답변에 대한 질문을 써 보세요.

예시	Hè năm ngoái anh Tom đã đi Hà Nội. ➡ Anh ấy đã đi Hà Nội bao giờ chưa?
	작년 여름 톰 씨는 하노이에 갔어요. 그는 하노이에 가 본 적이 있나요?

1. Anh Nam đã đi Hà Nội bằng xe máy.
   남 씨는 오토바이를 타고 하노이에 갔어요.

   ➡ ______________________________

2. Chị Mai đã đi du lịch nước ngoài một lần.
   마이 씨는 해외여행을 한 번 갔어요.

   ➡ ______________________________

3. Tuần trước anh Tom đã đi tham quan Củ Chi.
   지난주에 톰 씨는 꾸찌 관광을 갔어요.

   ➡ ______________________________

4. Mùa hè vừa rồi, ông Hùng đi du lịch ở Trung Quốc.
   막 여름이 되고, 훙 씨는 중국으로 여행 갔어요.

   ➡ ______________________________

5. Ông Lâm đã nghỉ ở khách sạn Place ở Đà Lạt một đêm.
   럼 씨는 달랏의 팔라스 호텔에서 하룻밤 묵었어요.

   ➡ ______________________________

6. Năm ngoái chị Kim đã đi du lịch ở đảo Phú Quốc.
   작년에 낌 씨는 푸꾸옥 섬으로 여행 갔어요.

   ➡ ______________________________

12 'nghe nói……'를 사용하여 다음 대화를 완성해 보세요.

1. **A** Sao hôm nay chị Marie không đến?
   왜 오늘 마리애 씨는 오지 않았나요?

   B ______________________________

2. **A** Từ đây đến Vũng Tàu bao nhiêu ki lô mét vậy, chị?
   여기에서 붕따우까지 몇 킬로미터인가요, 언니?

   B ______________________________

3. **A** Công ty du lịch đó phục vụ khách có tốt không?
   그 여행사는 고객 서비스가 좋나요?

   B ______________________________

4. **A** Anh có biết gia đình chị Hòa định đi du lịch Thái Lan bao lâu không?
   당신은 화 씨네 가족이 태국으로 얼마동안 여행 갈 계획인지 알고 있나요?

   B ______________________________

5. **A** Ở Hà Nội có nhiều cảnh đẹp không?
   하노이에는 경치가 예쁜 곳이 많이 있나요?

   B ______________________________

6. **A** Ai sẽ hướng dẫn chúng ta đi xem các di tích ở Huế?
   후에의 유적지들을 보러 누가 우리를 안내해 주나요?

   B ______________________________

7. **A** Ở Thành phố Hồ Chí Minh, quận nào có nhiều chùa của người Hoa nhất, anh có biết không?
   호찌민시에서, 어떤 군에 중국식 사찰들이 가장 많이 있는지 당신은 알고 있나요?

   B ______________________________

13 빈칸에 이어질 내용을 자유롭게 채워 보세요.

1. Tôi không muốn đọc sách mà muốn ______________________________.

2. Tôi không muốn đi du lịch mà cũng không ______________________________.

3. Từ đây đến đó không xa mà cũng không ______________________________.

4. Khách sạn ấy không rẻ mà cũng ______________________________.

5. Nghe nói ______________________________.

6. Anh đã ______________________________ bao giờ chưa?

7. Tôi chưa bao giờ ______________________________.

14 가장 좋아하는 여행지에 대해 자유롭게 말해 보세요.

____

____

____

____

____

독해

Track 04_8

CÁC THÀNH PHỐ LỚN Ở VIỆT NAM

Hà Nội và Hải Phòng là hai thành phố lớn ở miền Bắc Việt Nam. Hải Phòng là một hải cảng và là một thành phố công nghiệp lớn, còn Hà Nội là thủ đô, là trung tâm văn hóa, chính trị của Việt Nam.

Cố đô Huế nằm ở miền Trung. Đây là một trung tâm du lịch nổi tiếng. Đà Nẵng và Nha Trang cũng ở miền Trung. Đà Nẵng là một hải cảng quan trọng, còn Nha Trang là một thành phố biển tuyệt đẹp. Hàng năm có rất nhiều người đến đây để du lịch, tắm biển.

베트남의 대도시들

하노이와 하이퐁은 베트남 북부의 대도시입니다. 하이퐁은 항구이자 큰 공업 도시이며, 하노이는 베트남의 문화, 정치의 중심지이자 수도입니다.

옛 수도인 후에는 베트남 중부에 위치해 있습니다. 이곳은 유명한 여행 중심지입니다. 다낭과 나트랑도 중부에 있습니다. 다낭은 중요한 항구이며, 나트랑은 아름다운 해변 도시입니다. 매년 많은 사람들이 여행과 해수욕을 하러 이곳에 옵니다.

Thành phố Hồ Chí Minh và Cần Thơ là hai thành phố lớn ở miền Nam. Cách Thành phố Hồ Chí Minh khoảng 125km về hướng đông nam là thành phố biển Vũng Tàu. Còn cách Thành phố Hồ Chí Minh khoảng 300km về hướng đông bắc là thành phố hoa Đà Lạt. Cả hai nơi này đều là hai nơi nghỉ mát nổi tiếng của Việt Nam.

호찌민시와 껀터는 남부의 두 대도시입니다. 호찌민시에서 동남쪽으로 약 125킬로미터 떨어진 곳에는 해변 도시 붕따우가 있습니다. 또한, 호찌민시에서 북동쪽으로 300킬로미터 떨어진 곳에는 꽃의 도시 달랏이 있습니다. 이 두 도시 모두 베트남의 유명한 휴양지입니다.

단어 **miền Bắc** 북부 | **hải cảng** 항구 | **công nghiệp** 공업 | **thủ đô** 수도 | **cố đô** 옛 수도 | **tuyệt đẹp** 매우 아름답다 | **miền Nam** 남부 | **miền Trung** 중부 | **chính trị** 정치 | **đều** 모두 | **quan trọng** 중요하다

Phòng loại một bao nhiêu một đêm?

싱글룸은 1박에 얼마인가요?

학습 Point

- □ 방 예약 관련 표현
- □ 정중한 요청 nhờ
- □ 위치를 나타내는 표현
- □ 경어 thưa
- □ tuy……nhưng…… 구문

새 단어 *회화문에서 배울 새 단어를 미리 학습해 보세요.

Track 05_1

tiếp tân 프런트 직원	**thuê** 빌리다, 세를 얻다
phòng đơn 싱글룸	**phòng đôi** 더블룸
hộ chiếu 여권	**ăn sáng** 아침을 먹다
khách 손님	**thoáng mát** 쾌적하다, 시원하다
trả phòng 체크아웃하다	**nhân tiện** ~하는 김에
trả tiền 결제하다	**hóa đơn** 영수증
tiền phòng 숙박비	

1. 호텔 프런트에서

Track 05_2

Tiếp tân	Chào ông. Ông cần gì ạ?
Smith	Chào cô. Tôi muốn thuê phòng.
Tiếp tân	Thưa ông, ở đây chúng tôi có hai loại phòng: phòng đơn và phòng đôi. Ông muốn thuê loại nào ạ?
Smith	Phòng đơn bao nhiêu một đêm?
Tiếp tân	Hai trăm năm chục ngàn một đêm. Trong phòng có máy lạnh, ti vi, điện thoại. Phòng tuy nhỏ nhưng sạch sẽ, thoáng mát lắm.
Smith	Có tủ lạnh không?
Tiếp tân	Thưa, có chứ ạ
Smith	Cô cho tôi thuê một phòng đơn.
Tiếp tân	Vâng. Ông muốn thuê mấy đêm ạ?
Smith	Bốn đêm. Đây là hộ chiếu của tôi.
Tiếp tân	Phòng của ông số 309, ở trên tầng 3. Đây là chìa khóa phòng.
Smith	Cảm ơn cô.
Tiếp tân	Thưa ông, khách sạn chúng tôi có phục vụ ăn sáng miễn phí cho quý khách. Vậy sáng mai xin mời ông xuống nhà hàng ở tầng một ăn sáng nhé.

프런트 직원 안녕하세요. 무엇이 필요하신가요?

스미스 안녕하세요. 저는 방을 예약하고 싶어요.

프런트 직원 선생님, 저희는 싱글룸과 더블룸 두 종류의 방이 있습니다. 어떤 종류의 방을 원하시나요?

스미스 싱글룸은 1박에 얼마인가요?

프런트 직원 1박에 25만 동입니다. 방 안에는 에어컨, 텔레비전, 전화기가 있어요.
비록 방은 작지만 깨끗하고 쾌적하답니다.

스미스 냉장고는 있나요?

프런트 직원 네, 물론이죠.

스미스 싱글룸으로 예약할게요.

프런트 직원 네. 몇 박을 머무르실 것인가요?

스미스 4박이요. 여기 제 여권입니다.

프런트 직원 방 호수는 309호이며, 3층에 있습니다. 여기 열쇠입니다.

스미스 감사합니다.

프런트 직원 선생님, 저희 호텔은 무료로 아침 식사를 제공해 드려요.
그러니 내일 아침 1층에 있는 레스토랑으로 오셔서 아침 식사하시면 됩니다.

대화 내용을 바탕으로, 다음 질문에 답해 보세요.

1. Phòng đơn giá bao nhiêu một đêm? 싱글룸은 1박에 얼마인가요?

____

2. Trong phòng có những gì? 방 안에는 어떤 것들이 있나요?

____

3. Ông Smith sẽ thuê mấy đêm? 스미스 씨는 몇 박을 머무를 예정인가요?

____

4. Phòng của ông ấy số mấy? Ở tầng mấy? 그의 방은 몇 층의 몇 호실인가요?

____

5. Nhà hàng của khách sạn ở tầng mấy? 호텔의 레스토랑은 몇 층에 있나요?

____

2. 호텔 프런트에서 체크아웃을 하는 요코

Track 05_3

Tiếp tân Chào cô.

Yoko Chào anh. Chiều nay tôi muốn trả phòng.

Tiếp tân Vâng. Cô định trả phòng lúc mấy giờ ạ?

Yoko Lúc 4 giờ

Tiếp tân 4 giờ, phải không ạ? À, xin lỗi, lúc đó, cô có cần gọi taxi không ạ?

Yoko Dạ, cần. Nhờ anh gọi taxi giùm tôi nhé. Nhân tiện nhờ anh cho người mang giùm hành lý của tôi ra xe. Bây giờ cho tôi trả tiền phòng.

Tiếp tân Xin cô chờ một chút……. Dạ, đây là hóa đơn tính tiền.

Yoko Tất cả là 110 đô la, phải không?

Tiếp tân Dạ, phải. Cảm ơn cô.

프런트 직원 안녕하세요.

요코 안녕하세요. 오늘 오후에 저는 체크아웃을 하고 싶어요.

프런트 직원 네. 몇 시에 퇴실하실 예정이신가요?

요코 4시요.

프런트 직원 4시 맞나요? 아. 실례지만, 그때 택시를 불러드릴까요?

요코 네, 필요합니다. 택시 좀 불러주시겠어요? 차에 제 짐을 싣는 걸 도와줄 사람도 함께 부탁드려요. 지금 제가 숙박비를 결제할게요.

프런트 직원 잠시만 기다려 주세요……. 네, 여기 영수증입니다.

요코 모두 110달러 맞죠?

프런트 직원 네, 맞습니다. 감사합니다.

대화 내용을 바탕으로, 다음 질문에 답해 보세요.

1. Yoko định trả phòng lúc mấy giờ?
요코 씨는 몇 시에 퇴실할 예정인가요?

2. Yoko nhờ anh tiếp tân làm gì?
요코 씨는 프런트 직원에게 무엇을 부탁했나요?

3. Tiền phòng của Yoko tất cả là bao nhiêu?
요코 씨의 숙박비는 총 얼마인가요?

1 경어 thưa

인칭대명사나 상대방의 직업을 나타내는 단어 앞에 사용하는 'thưa'는 '~님', '~분'이라는 의미로, 상대방에 대한 존중, 예의를 나타내는 경어입니다.

- Thưa bà, ông ấy đi vắng rồi ạ. 사모님, 그는 외출 중입니다.
- Thưa ông, tôi đã đăng ký vé máy bay cho ông rồi ạ.
  선생님, 제가 선생님을 위해 비행기표를 예약해 드렸습니다.

단어 **đăng ký** 예약하다, 등록하다

2 정중한 요청 nhờ

다른 사람에게 어떠한 일에 대해 정중하게 도움을 요청할 때 'nhờ + 상대방 + 동사'의 순서로 사용하여 '~님 (저를 위해) 동사해 주세요 / 동사를 부탁해요'라고 해석합니다. 이때 동사 뒤에 '돕다'라는 뜻을 가진 'giùm', 'giúp', 'hộ'를 붙여 도움, 요청의 의미를 강조할 수 있습니다.

- Nhờ anh mang giúp hành lý của tôi ra xe. 제 짐을 차에 실을 수 있도록 도움을 부탁해요.
- Nhờ anh hỏi hộ tôi giá vé máy bay đi Hà Nội là bao nhiêu?
  저 대신 하노이로 가는 비행기표가 얼마인지 물어봐 주시겠어요?

단어 **mang** 옮기다, 짐을 싣다 | **giá vé** 푯값, 티켓 가격

3 tuy……nhưng…… 구문

'비록 ~이지만 ~하다'라는 뜻의 'tuy……nhưng……' 구문은 원인과 상반되는 결과를 나타내는 표현입니다. 첫 번째, 두 번째 예문처럼 'tuy'는 '비록', '~에도 불구하고', '~일지라도'라는 원인을 제시하며, '그러나', '하지만'이라는 의미를 가진 'nhưng' 뒤에 예상치 못한 결과를 제시합니다. 세 번째 예문과 같이 'nhưng'을 생략하는 경우도 있습니다.

- Khách sạn ấy tuy nhỏ nhưng rất sạch sẽ, tiện nghi.
  그 호텔은 비록 작지만 매우 깨끗하고 시설이 잘 갖춰져 있어요.
- Tuy không đẹp trai nhưng anh ta có nhiều bạn gái.
  비록 잘생기진 않았지만 그는 여자 친구가 많이 있어요.
- Anh ấy đồng ý, tuy không thích.
  그가 동의했어요, 비록 좋아하지 않더라도 말이죠.

단어 **sạch sẽ** 깨끗하다 | **tiện nghi** 시설이 잘 갖춰지다, 편리하다, 편의시설

4 위치를 나타내는 표현

위치를 나타내는 전치사에는 대표적으로 'trên(위)', 'dưới(아래, 밑)', 'trong(안, 내부)', 'ngoài(바깥, 외부)'가 있습니다. 'trên(위)'와 'dưới(아래, 밑)'은 반의어로, 특정 위치에 비해 높거나 낮은 위치를 가리킬 때 사용합니다. 마찬가지로 'trong(안, 내부)'과 'ngoài(바깥, 외부)'도 반의어로, 특정 범위의 내부나 외부의 위치를 가리킬 때 사용합니다.

- Chìa khóa ở trên bàn giấy. 열쇠가 책상 위에 있어요.
- Con chó nằm ở dưới bàn ăn. 강아지가 식탁 아래에 누워있어요.
- Tiền ở trong ví. 돈이 지갑 안에 있어요.
- Anh ấy chỉ đứng ở ngoài, không vào trong phòng.
  그는 방 안으로 들어오지 않고 밖에 서 있기만 해요.

다음과 같이 화자의 위치와 화자가 가리키는 대상의 위치의 상관관계에 따라 'trên/dưới', 'trong/ngoài'가 결정되기도 합니다.

- Phòng ông ấy ở trên tầng 2. 그의 방은 2층에 있어요. (화자가 2층보다 아래층에 있는 경우)
- Phòng anh ấy ở dưới thẳng 4. 그의 방은 4층에 있어요. (화자가 4층보다 위층에 있는 경우)
- Anh ấy đang chơi bóng trong sân. 그는 마당 안에서 축구를 하고 있어요. (화자가 마당 밖에 있는 경우)
- Cô ấy đang đứng ở ngoài sân. 그녀는 마당 밖에 서 있어요. (화자가 실내에 있는 경우)

단어 chìa khóa 열쇠

말하기 연습

1 제시된 단어들을 문장에서 표시된 부분에 적용하여 말하기 연습을 해 보세요. Track 05_4

1. Tôi muốn ① thuê phòng. 저는 방을 예약하고 싶어요.

①	
đổi phòng	저는 방을 바꾸고 싶어요.
thuê một phòng đôi	저는 더블룸을 예약하고 싶어요.
trả phòng chiều nay	저는 오늘 오후에 체크아웃 하고 싶어요.

2. Phòng của ông số ① 309, ở trên ② tầng 3. 당신의 방은 309호이며, 3층에 있어요.

①	②	
229	tầng 2	당신의 방은 229호이며, 2층에 있어요.
109	tầng 1	당신의 방은 109호이며, 1층에 있어요.
717	tầng 7	당신의 방은 717호이며, 7층에 있어요.

3. Phòng tuy ① nhỏ nhưng ② sạch sẽ, thoáng mát. 방은 비록 작지만 깨끗하고 쾌적해요.

①	②	
không lớn	đầy đủ tiện nghi	방은 비록 크지 않지만 충분히 시설이 잘 갖춰져 있어요.
lớn	hơi nóng	방은 비록 크지만 조금 더워요.
mới	không sáng lắm	방은 비록 새롭지만 그다지 밝지 않아요.

4. Anh có cần ① gọi taxi không? 택시 호출이 필요하신가요?

①	
giặt quần áo	의류 세탁이 필요하신가요?
đăng ký vé tàu hỏa	승선권 예약이 필요하신가요?
thuê xe máy	오토바이 대여가 필요하신가요?

5. Nhờ anh ① gọi taxi giùm tôi nhé. 택시를 부르는 데 도움 부탁드립니다.

①	
thuê một chiếc xe đạp	자전거 한 대를 빌리는 데 도움 부탁드립니다.
đăng ký vé máy bay	비행기표를 예약하는 데 도움 부탁드립니다.
sửa lại cái máy lạnh	에어컨을 고치는 데 도움 부탁드립니다.

단어 **đổi** 바꾸다 | **giặt** 세탁하다 | **sửa** 고치다, 수리하다

2 제시된 단어들을 대화 속 표시된 부분에 적용하여 말하기 연습을 해 보세요.

Track 05_5

1. **A** Chào ① ông. ① Ông cần gì ạ? (할아버지) 안녕하세요. 무엇이 필요하신가요?

①

bà	chị	ông
할머니	누나(언니)	할아버지

B Chào cô. Tôi muốn ② thuê phòng. 안녕하세요. 저는 방을 예약하고 싶어요.

②

đổi phòng khác	trả phòng ngày mai	thuê ba phòng đơn
다른 방으로 변경	내일 체크아웃	싱글룸 세 개를 예약

2. **A** ① Phòng đơn bao nhiêu một đêm? 싱글룸은 1박에 얼마입니까?

①

phòng không có máy lạnh	phòng có máy lạnh và nước nóng	phòng đôi
에어컨이 없는 방	에어컨과 온수가 나오는 방	더블룸

B ② Hai trăm năm chục ngàn một đêm. 1박에 25만 동입니다.

②

120ngàn	200ngàn	280ngàn
12만 동	20만동	28만 동

3. **A** Ông muốn thuê ①mấy đêm ạ? 몇 박을 머무르실 예정인가요?

①
bao lâu / mấy tuần / mấy đêm
얼마 동안 몇 주 몇 박

B ②Hai đêm. Đây là hộ chiếu của tôi. 2박이요. 여기 제 여권입니다.

②
một tuần / ba tuần / chỉ một đêm thôi
일주일 3주 딱 하룻밤

4. **A** ①Cô có cần ②gọi taxi không ạ? 당신은 택시 호출이 필요하신가요?

①
chị / anh / ông
누나(언니) 형(오빠) 할아버지

②
kêu xích lô / thuê xe máy / đăng ký vé tàu hỏa
시클로를 부르다 오토바이를 대여하다 승선권을 예약하다

B Dạ, cần. Nhờ anh ②gọi taxi giùm tôi nhé. 네, 필요해요. 택시를 부르는 데 도움 부탁드려요.

3 그림을 보고, 'trên', 'dưới', 'trong', 'ngoài'를 사용하여 각 대상의 위치를 말해 보세요.

1. Vé may bay ở ____________.

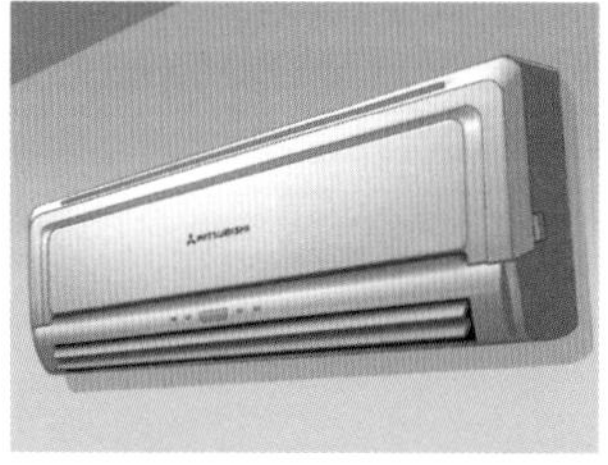

2. Máy lạnh ở ____________.

3. Chị Hải đang ở ____________.

4. Nam và Nga ở ____________.

4 질문에 대해 자신의 의견을 자유롭게 말해 보세요.

1. Khi đi du lịch, bạn thích sống ở khách sạn hay nhà trọ? Vì sao?
   여행 갈 때, 당신은 호텔과 여관 중 어디에서 묵는 것을 선호하나요? 그 이유는 무엇입니까?

   ____

2. Bạn sẽ thuê phòng loại nào? Vì sao?
   당신은 어떤 형태의 방에서 묵을 것인가요? 그 이유는 무엇입니까?

   ____

3. Khi đi du lịch, bạn chọn xe nào? Vì sao?
   여행 갈 때, 당신은 어떤 교통수단을 이용할 건가요? 그 이유는 무엇입니까?

   ____

단어 **nhà trọ** 여관

1 뚱 씨와 호텔 프런트 직원의 대화를 듣고, 다음 질문에 답해 보세요.

Track 05_6

1. Tùng muốn thuê phòng đơn hay phòng đôi?
   뚱 씨는 싱글룸과 더블룸 중에 어떤 방을 예약하길 원하나요?

   ____

2. Phòng đơn giá bao nhiêu một đêm? 싱글룸은 1박에 얼마인가요?

   ____

3. Tùng sẽ thuê mấy đêm? 뚱 씨는 몇 박을 머무를 예정인가요?

   ____

4. Bao giờ Tùng đến khách sạn? 뚱 씨는 언제 호텔에 오나요?

____

2 휴가 계획을 세우고 있는 떤 씨 부부의 대화를 듣고, 다음 질문에 답해 보세요. Track 05_7

1. Tân định đi Vũng Tàu mấy ngày?
떤 씨는 붕따우에 며칠 동안 가 있을 예정인가요?

____

2. Tân muốn thuê phòng ở khách sạn loại nào?
떤 씨는 어떤 종류의 호텔에서 방을 빌리고 싶어 하나요?

____

3. Vợ Tân có đồng ý với Tân không? Tại sao?
떤 씨의 아내는 떤 씨 말에 동의했나요? 그 이유는 무엇입니까?

____

4. Cuối cùng, vợ chồng Tân quyết định đi Vũng Tàu mấy ngày?
결국, 떤 씨 부부는 붕따우에 며칠 있기로 결정했나요?

____

단어 **quyết định** 결정하다

3 녹음을 듣고, 빈칸에 들어갈 알맞은 단어를 〈보기〉에서 골라 써 보세요. Track 05_8

보기	tiện nghi / dễ chịu / du lịch / tầng hai / bờ biển / phong cảnh

Hè năm ngoái tôi đã đi 1) __________ ở Nha Trang một tuần. Tôi thuê một phòng đơn, ở trên 2) __________ của một khách sạn nhỏ. Khách sạn này nằm cách 3) __________ không xa lắm. Trong phòng chỉ có một cái tủ lạnh nhỏ và một cái ti vi cũ. Phòng tuy không rộng, không 4) __________ lắm nhưng tôi cảm thấy rất thoải mái, 5) __________. Buổi sáng và buổi chiều, từ cửa sổ phòng nhìn ra biển, 6) __________ thật là đẹp.

단어 **bờ biển** 해변 | **cửa sổ** 창문 | **thoải mái** 편안하다

4 다음과 같은 활동을 하는 사람을 가리키는 단어를 빈칸에 써 보세요.

1. đi tham quan, chụp ảnh, nghỉ ngơi thoải mái ( )
2. đưa khách đi tham quan, hướng dẫn, giải thích cho khách ( )
3. chở khách đến điểm du lịch, đưa khách về khách sạn ( )
4. sắp xếp phòng cho khách, nhận trả hoặc đổi phòng cho khách ( )

단어 **chở** 데려다 주다 | **sắp xếp** 정리하다 | **nhận** 받다

5 단어를 알맞게 배열하여 문장을 완성해 보세요.

1. cô / thuê / một phòng đơn / tôi / cho

➡ ______________________________.

2. nhờ / cho người / cô / hành lý của tôi / mang giùm ra xe

➡ ______________________________.

3. muốn thuê / xe du lịch đi Đà Lạt / chúng tôi / một chiếc

➡ ______________________________.

4. anh ấy / không giàu / rất thích / đi du lịch / tuy / nhưng

➡ ______________________________.

5. mùa này / không đắt lắm / ở khách sạn / nghe nói / phòng

➡ ______________________________.

단어 giàu 부유하다

6 주어진 내용을 활용하여 'tuy……nhưng……' 구문을 사용한 문장을 만들어 보세요.

1. khách sạn đó / giá rẻ / phục vụ không tốt

➡ ______________________________.

2. khách sạn này / không phải mùa du lịch / không còn phòng trống

➡ ______________________________.

3. khách sạn chúng tôi đang ở / giá thuê phòng hơi đắt / phục vụ rất tốt

➡ ______________________________.

4. phòng này / không rộng / rất sạch sẽ, tiện nghi

➡ ______________________________.

5. ông ấy / rất giàu / thích đi du lịch ba lô

➡ ______________________________.

6. chúng tôi / không có nhiều tiền / năm nào cũng đi du lịch

➡ ______________________________.

단어 du lịch ba lô 배낭여행

7 **'nhờ……hộ / giùm / giúp……' 구문을 사용하여 상대방에게 정중하게 부탁하는 문장을 만들어 보세요.**

> 예시 | Bạn muốn một nhân viên trong khách sạn mang hành lý lên phòng cho mình. Bạn nói với nhân viên ấy:
> 당신은 호텔 직원이 당신의 방으로 짐을 가져다 주길 원합니다. 당신은 그 직원에게 다음과 같이 말합니다.
> ➡ Nhờ anh mang hành lý lên phòng giùm tôi.
> 제 짐을 방으로 가져다 주세요.

1. Bạn muốn gọi xe taxi. Bạn nói với nhân viên tiếp tân của khách sạn:
당신은 택시를 부르고 싶습니다. 당신은 호텔의 프런트 직원에게 다음과 같이 말합니다.

➡ Nhờ cô ______________________________.

2. Bạn muốn biết giá vé máy bay Nha Trang – Hà Nội là bao nhiêu. Bạn nói với nhân viên tiếp tân của khách san:
당신은 나트랑-하노이 비행기표 가격이 얼마인지 알고 싶어 합니다. 당신은 호텔의 프런트 직원에게 다음과 같이 말합니다.

➡ Nhờ cô hỏi ______________________________.

3. Bạn muốn Công ty Du lịch T. B. mang vé máy bay đến nhà cho mình. Bạn gọi điện thoại đến công ty:
당신은 T.B 여행사가 당신의 집으로 비행기표를 가져다 주길 원합니다. 당신은 회사에 전화하여 다음과 같이 말합니다.

➡ Nhờ công ty cho người ______________________________.

4. Bạn muốn sửa cái máy lạnh trong phòng. Bạn nói với quản lý khách sạn:
당신은 방에 에어컨을 수리하고 싶습니다. 당신은 호텔 관리인에게 다음과 같이 말합니다.

➡ Nhờ anh cho người ______________________________.

5. Bạn không thể mở cửa sổ được. Bạn nói với nhân viên khách sạn:
당신은 창문을 열 수 없습니다. 당신은 호텔 직원에게 다음과 같이 말합니다.

➡ Nhờ ______________________________.

6. Bạn muốn thuê một chiếc xe du lịch đi Cần Thơ. Bạn nói với nhân viên tiếp tân của khách sạn:
당신은 껀터로 가는 관광버스를 렌트하고 싶습니다. 당신은 호텔의 프런트 직원에게 다음과 같이 말합니다.

➡ Nhờ ____.

8 'thưa' 혹은 'nhờ'를 사용하여 아래 문장을 바꾸어 써 보세요.

1. Anh mang hành lý ra xe giúp tôi nhé. 짐을 차에 실어주세요.

➡ ____.

2. Sáng nay có một bức thư gửi đến cho cô. 오늘 아침 당신에게 편지 하나가 왔어요.

➡ ____.

3. Ông thuê xe máy không? 당신은 오토바이를 렌트하나요?

➡ ____.

4. Chúng tôi chỉ còn một phòng đôi ở tầng 7 thôi. Bà có thuê không ạ?
저희는 7층에 있는 더블룸 하나만 남아있어요. 당신은 예약하시겠습니까?

➡ ____.

5. Anh làm ơn cho người lên phòng 305 giùm. Chúng tôi không thể mở cửa vào phòng được.
305호실에 사람 좀 불러 주세요. 저희는 문이 안 열려서 방에 들어갈 수 없어요.

➡ ____.

6. Xin lỗi ông bà, đến sáng mai chúng tôi mới có phòng trống để đổi cho ông ba.
죄송하지만, 내일 아침에야 바꿔드릴 수 있는 빈 방이 생깁니다.

➡ ____.

7. A-lô, phòng 431 phải không ạ? Hôm nay ông và gia đnh có ăn sáng với đoàn không ạ?
여보세요, 431호실 맞습니까? 오늘 당신과 가족들은 일행분들과 조식을 먹나요?

➡ ____.

단어 bức thư 편지

9 빈칸에 이어질 내용을 자유롭게 채워 보세요.

1. Khách sạn này tuy nhỏ nhưng ______________________________.
2. Phòng này tuy không có máy lạnh nhưng ______________________________.
3. Tuy không có tiền nhưng nó ______________________________.
4. Tuy đã gọi điện thoại đặt phòng trước ______________________________.
5. Tuy già nhưng năm nào bố mẹ tôi cũng ______________________________.
6. Tuy không đi du lịch nhiều ______________________________.

단어 đặt 예약하다 | già 늙다

10 여행 중에 묵었던 호텔 방과 관련된 경험을 말해 보세요.

____

____

____

____

____

Track 05_9

KHÁCH SẠN, PHÒNG TRỌ

Ở Thành phố Hồ Chí Minh có rất nhiều loại khách sạn, nhà khách, sẵn sàng phục vụ cho khách du lịch trong và ngoài nước. Du khách thích sống ở các khách sạn sang trọng, đầy đủ tiện nghi thì có thể đến các khách sạn lớn ở ngay trung tâm thành phố như New World, Majestic, Continental……. Ngoài ra, ở trung tâm Thành phố Hồ Chí Minh còn có các khách sạn mini giá rẻ hơn nhưng vẫn đầy đủ tiện nghi. Gần đây, có nhiều khách du lịch ba lô đến Việt Nam. Họ thích thuê những phòng trọ rẻ tiền, không cần tiện nghi lắm. Khu Phạm Ngũ Lão ở gần chợ Bến Thành là nơi có rất đông khách du lịch ba lô tìm đến.

호텔, 게스트하우스

호찌민시에는 국내외 관광객을 위한 다양한 종류의 호텔과 숙박시설이 있습니다. 편의시설이 충분한 고급 호텔을 선호하는 여행객들은 도심에 있는 뉴월드, 마제스틱, 컨티넨탈 호텔 등과 같은 큰 호텔에 방문합니다. 이 외에도 호찌민 시내 중심부에는 가격은 더 저렴하지만 시설을 충분히 갖춘 미니 호텔이 있습니다. 최근 베트남을 찾는 배낭여행객이 많습니다. 그들은 그다지 편리하지 않아도 가격이 저렴한 게스트하우스를 선호합니다. 벤탄 시장 근처에 있는 팜 응우 라오 지역은 찾아오는 배낭 여행객들로 붐비는 곳입니다.

단어 **phòng trọ** 게스트하우스 | **nhà khách** 숙박시설 | **sẵn sàng** 준비하다 | **sang trọng** 고급스럽다 | **đầy đủ** 충분하다 | **đông** 붐비다 | **tìm đến** 찾아가다

Bà ấy làm nghề gì ạ?

그녀의 직업은 무엇인가요?

- □ 복습하기
  구매, 건강·질병, 전화 통화, 여행, 방 예약 관련 표현
- □ 문법 비교하기
  수동 표현 bị / được
  hình như / chắc là / nghe nói
  종별사 cái / con / chiếc / bức / quyển
  vì……nên…… / tuy……nhưng…… / không những……mà còn…… 구문

새 단어

*회화문에서 배울 새 단어를 미리 학습해 보세요.

Track 06_1

hàng xóm 이웃	**bức tranh** 그림
ấn tượng 인상적이다	**nông trại** 농장
nuôi 기르다	**xây** 짓다, 건축하다
tòa lâu đài 성, 궁궐	**làm ăn** 사업하다, 생계를 꾸리다
vợ 아내	**bò sữa** 젖소
chồng 남편	**thương yêu** 아끼다, 사랑하다

이웃에 대해 대화를 나누는 뜨와 로안

Track 06_2

Bà Tư	Chị biết không, bà hàng xóm của tôi mới mua thêm một chiếc xe hơi. Chiếc này là chiếc thứ hai.
Bà Loan	Ồ, bà ấy giàu quá nhỉ!
Bà Tư	Bà ấy cũng mới mua ba bức tranh, nghe nói là tranh ấn tượng; giá mỗi bức trên 10 trieu đồng.
Bà Loan	Vậy hả? Bà ấy làm nghề gì vậy?
Bà Tư	Nghe nói bà ấy có một cái nông trại nuôi hơn hai trăm con bò sữa.
Bà Loan	Bà ấy có nông trại à? Ở đâu vậy? Chị đã đến đấy bao giờ chưa?
Bà Tư	Chưa. Nhưng nghe nói nông trại của bà ấy lớn lắm. Cái nhà bà ấy xây ở đó trông giống như một tòa lâu đài.
Bà Loan	Chồng bà ấy chắc là làm ăn giỏi lắm nhỉ.
Bà Tư	Chồng bà ấy hả? Ông ấy không những làm ăn giỏi mà còn rất thương yêu vợ con.
Bà Loan	Ồ, bà ấy hạnh phúc quá nhỉ!

뜨 씨 언니, 알고 계세요? 제 이웃분이 새 자동차를 한 대 더 샀어요. 이게 두 번째 차래요.

로안 씨 오, 그분 정말 부유하시네요!

뜨 씨 그리고 그분이 그림 세 장도 새로 샀는데, 듣기로는 한 장당 1천만 동이 넘는 인상파 그림이래요.

로안 씨 그래요? 그분은 무슨 일을 하시는 분이에요?

뜨 씨 듣자 하니 그분은 젖소 200마리가 넘는 농장을 가지고 계시대요.

로안 씨 그분은 농장을 소유하고 있군요? 어디예요? 그곳에 가 본 적 있나요?

뜨 씨 아니요. 하지만 그분 농장이 엄청 크다고 해요.
거기에 지은 집도 성 한 채 같다고 하더라고요.

로안 씨 그분 남편은 분명 사업을 잘하시겠네요.

뜨 씨 그분 남편이요? 그분은 사업도 잘할 뿐만 아니라 아내와 자녀를 아주 아끼시더라고요.

로안 씨 오, 그분은 정말 행복하시겠어요!

대화 내용을 바탕으로, 다음 질문에 답해 보세요.

1. Bà hàng xóm của bà Tư có mấy chiếc xe hơi?
   뜨 씨의 이웃은 자동차를 몇 대 가지고 있나요?

   ____

2. Bà ấy mới mua mấy bức tranh? Giá mỗi bức là bao nhiêu?
   그녀가 최근 구매한 그림은 몇 장인가요? 각 그림의 가격은 얼마인가요?

   ____

3. Bà ấy nuôi bao nhiêu con bò sữa? 그녀는 젖소 몇 마리를 기르고 있나요?

   ____

4. Cái nhà bà ấy xây ở nông trại trông thế nào? 그녀가 농장에 지은 집은 어떻게 생겼나요?

   ____

5. Chồng bà ấy là người như thế nào? 그녀의 남편은 어떤 사람인가요?

   ____

1 수동 표현 bị / được

수동인 상황을 표현할 때는 동사 'bị' 혹은 'được'을 사용합니다. 수동 표현 'bị'는 '~을(를) 당하다', '~에 걸리다', '~을(를) 겪다', '~해 버리다'의 의미로, 수동적인 대상에게 미치는 영향력이 부정적이고 이득이 없을 경우에 사용됩니다. 이와 반대로 좋은 기회를 얻거나 긍정적인 경우에는 'được'을 사용하며 '~하게 되다', '~할 수 있게 되다', '~을(를) 받다', '~을(를) 얻다' 등의 의미를 가집니다.

- Cô ấy bị cảm. 그녀는 감기에 걸렸어요.
- Anh ấy bị cảnh sát phạt. 그는 경찰에게 벌금을 냈어요.
- Chúng tôi được nghỉ ngày thứ bảy và chủ nhật. 우리는 토요일과 일요일에 쉬게 되었어요.
- Nó được mẹ cho tiền. 걔는 어머니로부터 돈을 받았어요.

단어 bị phạt 벌금을 물다

2 hình như / chắc là / nghe nói

'hình như'는 '마치 ~인 것 같다', '~인 듯하다'라는 의미로, 신중한 추측의 의미를 나타낼 때 사용합니다. 주로 뒷받침할 만한 근거가 없거나 적은 경우에 사용합니다.

- Hình như trời sắp mưa. 마치 곧 비가 올 것 같아요.
- Cô ấy hình như không muốn gặp tôi. 그녀는 저를 만나고 싶지 않은 듯해요.

'chắc là'는 '아마도'라는 의미로, 일어날 가능성이 있는 일에 대한 추측을 나타낼 때 사용합니다. 주로 주장을 뒷받침하는 근거가 있을 때 사용합니다.

• Nhanh lên! Chắc là mọi người đang đợi.

서둘러! 아마 모두들 기다리고 있을 거야.

• Anh ấy không đến. Chắc là anh ấy bị bệnh rồi.

그가 오지 않아요. 아마 그는 병에 걸렸나 봐요.

'nghe nói'는 '듣자 하니', '듣기로는'이라는 의미로, 말하는 내용의 출처에 대해 확신이 없어 조심스럽게 전할 때 사용합니다.

• Nghe nói anh ta giàu lắm. 듣자 하니 그는 아주 부유하대요.

• Tôi nghe nói cô ấy sắp lập gia đình. 제가 듣기로는 그녀가 곧 결혼해요.

3 종별사 cái / con / chiếc / bức / quyển

이들은 각각의 단위를 지칭하는 종별사(혹은 단위 명사)입니다. 'cái'는 무생물을 지칭할 때 사용하며, 'con'은 주로 생물을 지칭할 때 사용합니다. 이 외에도 'chiếc(대, 개)', 'bức(통, 부)', 'quyển(권)' 등 다양한 종별사가 있습니다. 'chiếc'은 주로 차량, 선박, 비행기와 같은 교통수단을 지칭하며, 'bức'은 편지, 그림 등을 지칭할 때, 'quyển'은 책, 서적 등을 지칭할 때 쓰입니다. 또한, 'bức'과 'quyển'와 같이 비슷한 성질을 나타내는 다양한 종별사 중에서도 물건의 특정한 형태나 사이즈에 따라 종별사가 다르게 사용될 수 있습니다.

• Bà ấy mới mua một cái tủ lạnh. 그녀는 최근에 냉장고 하나를 샀어요.

• Con chó này dễ thương quá. 이 강아지는 너무 귀여워요.

• Chiếc xe hơi này giá bao nhiêu? 이 자동차는 얼마입니까?

• Tôi mới viết một bức thư cho cô ấy. 저는 최근에 그녀에게 편지 한 통을 썼어요.

• Anh đã đọc quyển sách ấy chưa? 이 책을 읽었나요?

4 vì……nên…… / tuy……nhưng…… / không những……mà còn…… 구문

'vì……nên……' 구문은 '~때문에 ~하다', '~해서 ~하다'라는 의미로, 두 문장 사이의 원인과 결과를 나타낼 때 사용합니다.

- Vì mưa nên tôi không đi chơi được. 비가 오기 때문에 저는 놀러갈 수 없어요.
- Vì kẹt xe nên ông ấy đến trễ nửa tiếng. 차가 막혀서 그는 30분 정도 늦어요.

'tuy……nhưng……' 구문은 '비록 ~이지만 ~하다'라는 의미로, 두 문장 사이의 모순되는 원인과 결과를 나타낼 때 사용합니다.

- Gia đình họ tuy nghèo nhưng hạnh phúc.
  그 가족은 비록 가난하지만 행복해요.
- Anh ấy đồng ý, tuy không thích.
  그는 동의했어요, 비록 좋아하지 않았지만.

'không những……mà còn……' 구문은 '~할 뿐만 아니라 ~하다'라는 의미로, 어떠한 기준 이상으로 그 정도(수량, 성질 등)가 높음을 강조할 때 사용합니다.

- Anh ấy không những mua nhà mà còn mua xe hơi nữa.
  그는 집을 샀을 뿐만 아니라 자동차도 샀어요.
- Cô ấy không những thông minh mà còn chăm chỉ nữa.
  그녀는 똑똑할 뿐만 아니라 성실하기까지 해요.

단어 nửa tiếng 30분

말하기 연습

1 **그림을 보고, 예시와 같이 다음 질문에 답해 보세요. (단, 종별사 cái, con, chiếc, bức, quyển 등을 사용할 것)**

> 예시 | **A** Trong phòng có gì? 방 안에는 무엇이 있나요?
> **B** Trong phòng có hai cái tủ. 방 안에 옷장 두 개가 있습니다.

1. Trong phòng có gì? 방 안에는 무엇이 있나요?

➡ ____.

➡ ____.

➡ ____.

2. Ngoài đường có gì? 거리에는 무엇이 있나요?

➡ ____.

➡ ____.

➡ ____.

3. Trên bàn có gì? 책상 위에 무엇이 있나요?

➡ .

➡ ____.

➡ ____.

단어 **đường** 길거리, 도로

2 다음 몇 가지 정보를 참고하여, 레스토랑에 전화를 걸고 자리를 예약해 보세요.

1. Nhà hàng Miền Tây 미엔 떠이 레스토랑

2. Đặt một bàn cho 6 người ăn 6인 테이블 예약

3. Món ăn: chả giò, tôm nướng…… 주문할 음식: 짜조, 새우 구이 등

4. Món uống: bia, nước ngọt 음료: 맥주, 탄산음료

5. Thời gian: 7 giờ tối nay 시간: 오늘 저녁 7시

1 여자와 점원이 나누는 대화를 듣고, 다음 질문에 답해 보세요.

Track 06_3

1. Cô gái ấy muốn mua cái túi xách màu gì?
   여자는 어떤 색의 가방을 사고 싶어 하나요?

2. Cô gái ấy muốn mua cái túi xách to hơn hay nhỏ hơn?
   여자는 더 큰 가방을 원하나요, 더 작은 가방을 원하나요?

3. Giá của cái túi xách đó là bao nhiêu? 그 가방의 가격은 얼마인가요?

4. Người bán đề nghị cô ấy mua túi xách màu gì? 점원이 여자에게 제안한 가방은 어떤 색인가요?

단어 **túi xách** 가방 | **đề nghị** 제안하다

2 호텔에 전화를 걸어 객실 예약 비용을 묻는 호앙 씨와 직원이 나누는 대화를 듣고, 다음 질문에 답해 보세요.

Track 06_4

1. Phòng đơn giá rẻ nhất là bao nhiêu một đêm? 가장 저렴한 싱글룸은 1박에 얼마입니까?

____

2. Phòng đơn giá đắt nhất là bao nhiêu một đêm? 가장 비싼 싱글룸은 1박에 얼마입니까?

____

3. Tại sao giá của các phòng đơn khác nhau?
싱글룸의 가격은 왜 각각 다른가요?

____

4. Bao giờ người bà con của Hoàng về nước?
호앙 씨의 친척은 언제 귀국하나요?

____

단어 nhân viên tiếp tân 리셉션 직원 | người bà con 친척

3 각각의 종별사 뒤에 놓일 수 있는 단어를 빈칸에 써 보세요.

1. cái bàn, cái ________, ________, ________, ________

2. con gà, con ________, ________, ________, ________

3. chiếc xe, chiếc ________, ________, ________, ________

4. bức tranh, bức ________, ________, ________, ________

5. quyển vở, quyển ________, ________, ________, ________

단어 vở 노트

4 같은 부류에 속하지 않는 단어에 동그라미 표시해 보세요.

1. ho, đau đầu, sổ mũi, thuốc cảm, sốt, đau bụng, cúm

2. cỡ lớn, cỡ nhỏ, chật, cỡ vừa, số lớn, rộng

3. gọi, thẻ điện thoại, máy tính, nhắn, điện thoại di động

4. tiện nghi, phòng đơn, phòng đôi, thoáng mát, phòng thường

단어 **cúm** 독감 | **vừa** 적절하다 | **rộng** 넓다

5 'chắc là'를 사용하여 질문에 대한 대답을 완성해 보세요.

1. **A** Chị định đi nghỉ ở Nha Trang bao lâu? 언니는 나트랑에서 얼마 동안 휴가를 보낼 예정이에요?

   B ______________________________.

2. **A** Hùng vẫn chưa khỏe, sao hôm nay anh ấy lại đi Hà Nội?
   훙 씨는 아직 낫지 않았는데, 왜 오늘 그는 하노이에 가나요?

   B ______________________________.

3. **A** Tôi gọi mãi mà vẫn không gặp được ông Thu. Cô có biết bao giờ ông ấy đến không?
   제가 계속 전화를 걸었는데도 투 씨를 만나지 못했어요. 그가 언제 오는지 아시나요?

   B ______________________________.

4. **A** Chủ nhà có đồng ý cho chị trả tiền mỗi tháng không?
   집주인은 언니가 월세를 내는 데에 동의했나요?

   B ______________________________.

5. **A** Bà Mai đã ra viện chưa, anh? 마이 씨는 퇴원했나요?

   B ______________________________.

6. **A** Nhiều việc như vậy, bao giờ mới làm xong hả, anh? 이렇게 일이 많으면, 언제 끝낼 거예요?

B ______________________________.

단어 **vẫn chưa** 아직 ~하지 않다 | **chủ** 주인 | **ra viện** 퇴원하다

6 'tuy……nhưng……' 구문 또는 'vì……nên……' 구문을 사용하여 두 문장을 한 문장으로 이어 써 보세요.

1. Hôm qua tôi gọi cho chị không được. Tôi ghi nhầm số.

   ➡ ______________________________.

2. Chúng tôi không đi du lịch được. Chúng tôi hết tiền.

   ➡ ______________________________.

3. Phòng anh Vinh đang thuê không rộng. Phòng rất sạch sẽ, tiện nghi.

   ➡ ______________________________.

4. Sáng nay Linda đã gọi điện trước. Bây giờ taxi vẫn chưa đến.

   ➡ ______________________________.

5. Hành lý nhiều quá. Anh ấy giúp tôi mang ra xe.

   ➡ ______________________________.

6. Bây giờ tôi không chụp ảnh cho cô được. Máy của tôi hết pin rồi.

   ➡ ______________________________.

7. Giá thuê phòng quá cao. Chúng tôi chẳng bao giờ đến đấy nữa.

   ➡ ______________________________.

단어 **ghi** 적다, 기록하다 | **hết** 소진되다, 매진되다 | **pin** 배터리 | **chẳng bao giờ** 결코 ~하지 않다

7 단어를 알맞게 배열하여 문장을 완성해 보세요.

1. anh / nhờ / giùm tôi / gọi taxi

➡ ______________________________.

2. xin / một lần nữa / nói lại / cô

➡ ______________________________.

3. hình như / mới / ông ấy / ra ngoài / đi

➡ ______________________________.

4. thế nào / bà / thấy / trong người

➡ ______________________________?

5. nghe nói / sẽ đến / chuyến bay VN 320 / lúc 4 giờ chiều

➡ ______________________________.

6. bằng xe lửa / đi / thấy / chúng tôi / hơn / thú vị

➡ ______________________________.

7. tuy / bị ốm / nhưng / đi kham bệnh / không muốn / Hà

➡ ______________________________.

8 수동 표현 'bị' 또는 'được'을 사용하여 아래 문장을 바꾸어 보세요.

1. Bà Chín mới mua một cái máy giặt nhưng sáng nay nó đã hỏng.
찐 씨는 최근에 세탁기 하나를 샀지만 오늘 아침에 고장 났어요.

➡ ______________________________.

2. Chị Youn mất chìa khóa phòng. 윤 씨는 방 열쇠를 잃어버렸어요.

➡ ______________________________.

3. Sơn mời Bích đi Mỹ Tho chơi. 선 씨는 빅 씨를 미토로 놀러 오라고 초대했어요.

➡ ____.

4. Anh Nam đưa John đi xem một số nhà cho thuê.
남 씨는 존 씨가 렌트할 집들을 보러 가는 데에 데려다 주었어요.

➡ ____.

5. Chủ vườn tặng cho các cô ấy nhiều xoài và chôm chôm.
정원 주인이 그녀들에게 많은 망고와 람부탄을 선물했어요.

➡ ____.

6. Vì không trả tiền thuê nhà nên chủ nhà mời anh ấy ra khỏi nhà.
집세를 내지 않아서 집주인이 그를 집에서 내쫓았어요.

➡ ____.

단어 **hỏng / hư** 고장 나다 | **nhà cho thuê** 셋집 | **vườn** 정원 | **ra khỏi** ~에서 나가다

9 당신은 왜 많은 사람들이 배낭여행을 좋아한다고 생각하나요?

____

____

____

____

____

독해

Track 06_5

NHỚ QUÊ

Tôi sinh ra và lớn lên tại một miền quê nghèo ở miền Trung Việt Nam. Cho đến năm 18 tuổi, tôi chưa bao giờ được đến Thành phố Hồ Chí Minh. Khi tôi học đại học, tôi mới được đến đó. Tài sản của tôi mang từ quê vào là vài bộ quần áo, một chiếc xe đạp cũ và mot bức ảnh chụp chung với gia đình. Lúc đầu, tôi thấy cái gì cũng lạ. Sau hai năm học tập, tôi đã thấy quen thuộc và yêu mến thành phố này.

Tôi thường nhớ về miền quê êm ả của tôi. Quê tôi tuy nghèo nhưng mọi người sống với nhau rất thân ái. Tôi muốn về thăm quê nhưng chưa có dịp. Nghe nói quê tôi bây giờ cũng đã thay đổi nhiều lắm.

향수

저는 베트남 중부 지방의 가난한 시골 지역에서 태어나고 자랐어요. 18살까지 저는 호찌민시에 한 번도 가 본 적이 없었어요. 제가 대학에 진학할 때, 비로소 저는 그곳에 갈 수 있었어요. 고향에서 가져온 제 재산은 옷 몇 벌, 낡은 자전거 한 대 그리고 가족사진 한 장뿐이었어요. 처음에 저는 모든 것이 낯설게 느껴졌어요. 공부한 지 2년이 지나자 저는 적응했고 이 도시를 사랑하게 되었어요.

저는 자주 제 고요한 고향을 그리워합니다. 제 고향은 가난하지만 모든 사람들이 서로 친절하고 화목하거든요. 저는 고향에 방문하고 싶지만 아직 그런 기회가 없습니다. 듣자 하니 제 고향은 지금 많이 변했다고 하더라고요.

단어 sinh ra 태어나다 | lớn lên 자라다 | miền quê 시골 | đại học 대학 | tài sản 재산 | vài 몇몇의 | bộ (옷) 한 벌 | chung 함께 | chụp 찍다 | lúc đầu 처음에 | học tập 공부하다 | yêu mến 애착을 느끼다 | quen thuộc 적응하다 | quê / quê hương 고향 | êm ả 고요하다 | thân ái 화목하다

Tôi thích nhà này nhưng……

이 집이 마음에 들지만……

학습 Point

- □ 주거지 관련 표현
- □ 복수형 수량사 các, những
- □ 종별사 căn, ngôi, tòa
- □ thì……thì…… 구문

*회화문에서 배울 새 단어를 미리 학습해 보세요.

Track 07_1

theo 따르다

quạt trần 천장형 선풍기

nhà bếp 부엌

nhà vệ sinh 화장실

chỗ 공간, 장소

phòng ngủ 침실

tiếp 계속해서, 이어서

chật 좁다

hơi 조금, 다소

trang bị 갖추다, 완비하다

집을 보러 간 민 씨

Track 07_2

Chủ nhà	Dạ, chào bà. Bà cần gì ạ?
Bà Minh	Nhà này cho thuê, phải không ạ?
Chủ nhà	Vâng. Bà muốn thuê nhà à? Mời bà vào nhà.
Bà Minh	Tôi có thể đi xem nhà được không?
Chủ nhà	Dạ, được chứ ạ. Mời bà theo tôi.
Bà Minh	Ngôi nhà này xây bao lâu rồi ạ?
Chủ nhà	Dạ, nhà mới xây. Chỉ mới sáu năm thôi.
Bà Minh	Sáu năm rồi à? Nhà có tất cả mấy phòng vậy, thưa bà?
Chủ nhà	Dạ, sáu phòng. Có bốn phòng ngủ. Tất cả các phòng đều có quạt trần. Mời bà đi xem tiếp nhà bếp ạ.
Bà Minh	Còn nhà vệ sinh ở đâu?
Chủ nhà	Dạ, nhà vệ sinh ở đằng kia. Xin lỗi, bà thấy nhà này thế nào?
Bà Minh	Tôi thấy các phòng ngủ rất đẹp nhưng nhà bếp thì quá chật, nhà vệ sinh thì quá rộng. À, bao nhiêu một tháng vậy?
Chủ nhà	Dạ, ba triệu rưởi một tháng.
Bà Minh	Ồ, giá như vậy là hơi đắt! Những chỗ khác giá chỉ khoảng hai triệu một tháng thôi.

집주인 네, 안녕하세요. 무엇이 필요하신가요?

민 씨 이 집을 임대하는 거죠?

집주인 네. 집을 빌리고 싶으신가요? 들어오세요.

민 씨 집을 좀 봐도 될까요?

집주인 물론이죠. 저를 따라와 주세요.

민 씨 이 집은 지은 지 얼마나 되었나요?

집주인 네, 이 집은 새집이에요. 6년밖에 안 되었어요.

민 씨 6년이요? 이 집은 총 몇 개의 방이 있나요?

집주인 네, 방이 여섯 개 있어요. 침실은 네 개 있어요. 모든 방에는 천장형 선풍기가 있고요. 다음은 부엌을 보러 가 보시죠.

민 씨 그러면 화장실은 어디에 있나요?

집주인 화장실은 저쪽에 있습니다. 실례지만, 이 집이 어떠신가요?

민 씨 침실들은 아주 예쁘지만, 부엌이 너무 좁은데 화장실은 너무 넓어요. 아, 월세는 얼마인가요?

집주인 네, 한 달에 350만 동입니다.

민 씨 오, 그 정도 가격은 좀 비싸네요! 다른 곳들은 월세가 200만 동 정도밖에 안 해요.

대화 내용을 바탕으로, 다음 질문에 답해 보세요.

1. Bà Minh gặp chủ nhà để làm gì? 민 씨는 무엇을 하려고 집주인을 만났나요?

2. Ngôi nhà này đã được xây lâu chưa? 이 집은 지어진 지 오래되었나요?

3. Tất cả các phòng đều được trang bị gì? 모든 방은 어떤 시설이 갖추어져 있나요?

4. Bà Minh thấy ngôi nhà này thế nào? 민 씨는 이 집을 어떻게 생각하나요?

5. Theo bạn, bà Minh có muốn thuê ngôi nhà này không? Tại sao?
당신이 보기에 민 씨는 이 집을 빌리고 싶어 하나요? 그 이유는 무엇입니까?

문법

1 복수형 수량사 các

명사(구) 앞에 쓰이는 복수형 수량사 'các'은 '~들'이라는 의미로, 말하고자 하는 대상의 수가 복수일 때 이 대상을 한 번에 모두 지칭할 때 사용합니다.

- Các bạn đang sống ở đâu?

  여러분은 어디에 살고 있나요?

- Tất cả các ngôi nhà ở đây đều được xây dựng từ trước năm 1930.

  여기에 있는 모든 집들은 1930년 이전에 지어졌어요.

단어 ngôi nhà 집

2 복수형 수량사 những

명사(구) 앞에 쓰이는 복수형 수량사 'những'은 'các'처럼 '~들'이라는 의미로, 말하고자 하는 대상의 수가 복수일 때 사용합니다. 다만 'các'과 달리 'những'은 전체 중 일부를 따로 구분지어 지칭할 때 사용합니다.

- Những người vô gia cư rất cần được giúp đỡ.

  노숙인들은 도움이 매우 필요해요.

- Anh đã đi những đâu và đã làm những gì?

  형은 어느 곳들을 갔고 어떤 것들을 했나요?

단어 người vô gia cư 노숙인

3 종별사 căn / ngôi / tòa

집(주택, 건축물)에 대해 말할 때는 다음과 같은 종별사를 사용합니다.

- căn: 작은 집을 지칭하는 종별사
- ngôi: 개인 주택 또는 특정한 위치에 있는 건축물을 지칭하는 종별사
- tòa: 대규모 건축물을 지칭하는 종별사

- Tôi muốn tìm một căn nhà nhỏ, nhưng tiện nghi.

  저는 작지만 시설이 잘 갖춰진 집 하나를 찾고 싶어요.

- Ngôi nhà này xây bao lâu rồi?

  이 집은 지어진 지 얼마나 됐나요?

- Tòa lâu đài đó được xây dựng từ thế kỷ XVI.

  그 성은 16세기에 지어졌어요.

단어 **căn nhà** 집 | **tiện nghi** 시설·장비가 잘 갖추어져 있다, 편리하다 | **thế kỷ** 세기

4 thì……thì…… 구문

'thì……thì……' 구문은 '~하지만 ~하다', '~이지만 ~이다'라는 의미로, 상반된 대상을 비교할 때 사용합니다.

- Phòng ăn thì quá hẹp, phòng tắm thì quá rộng.

  다이닝룸은 아주 좁은데 샤워실은 너무 넓어요.

- Vợ thì chăm, chồng thì lười.

  아내는 성실하지만 남편은 게을러요.

단어 **phòng ăn** 다이닝룸 | **hẹp** 좁다 | **phòng tắm** 샤워실 | **rộng** 넓다 | **chăm** 성실하다 | **lười** 게으르다

말하기 연습

1 제시된 단어들을 문장에서 표시된 부분에 적용하여 말하기 연습을 해 보세요. Track 07_3

1. ①Ngôi nhà này xây bao lâu rồi ạ? 이 집은 지어진 지 얼마나 되었나요?

①	
tòa lâu đài	이 성은 지어진 지 얼마나 되었나요?
cao ốc	이 고층 빌딩은 지어진 지 얼마나 되었나요?
ngôi chùa	이 사찰은 지어진 지 얼마나 되었나요?

2. Tất cả các ①phòng đều có ②máy lạnh. 모든 방에는 에어컨이 있어요.

①	②	
lớp học	bàn	모든 교실에는 책상이 있어요.
căn hộ	nhà bếp riêng	모든 아파트에는 단독 주방이 있어요.
ngôi biệt thự ở đây	sân tennis	이곳의 모든 고급 빌라에는 테니스장이 있어요.

3. Còn ①nhà vệ sinh ở đâu? 화장실은 어디에 있나요?

①	
nhà bếp	주방은 어디에 있나요?
phòng ăn	다이닝룸은 어디에 있나요?
phòng làm việc	작업실은 어디에 있나요?

4. ①Nhà bếp thì quá chật, ②nhà vệ sinh thì quá rộng. 부엌은 너무 좁고, 화장실은 너무 넓어요.

①	②	
phòng khách	phòng ngủ	거실은 너무 좁고, 침실은 너무 넓어요.
nhà tắm	nhà bếp	화장실은 너무 좁고, 부엌은 너무 넓어요.
phòng ăn	phòng khách	다이닝룸은 너무 좁고, 거실은 너무 넓어요.

5. Tôi muốn tìm một căn nhà ①nhỏ, tiện nghi, ②ở khu yên tĩnh.

조용한 지역에 위치한 작고 시설이 잘 갖춰진 집을 찾고 있어요.

①	②
hai tầng	ở quận 3
lớn	ở mặt tiền đường
một trệt một lầu	gần trung tâm thành phố

3군에 위치한 2층의 시설이 잘 갖춰진 집을 찾고 있어요.

대로변에 위치한 크고 시설이 잘 갖춰진 집을 찾고 있어요.

도시 중심가에 가까이 위치한 지상 1층의 시설이 잘 갖춰진 집을 찾고 있어요.

Tip! 우리나라는 지표면에 있는 층부터 1층이라고 부르는 반면, 베트남은 1층을 지상층(tầng trệt)이라고 하며, 우리나라에서 2층이라고 부르는 층부터 1층(tầng một)이라고 지칭합니다.

단어 **ngôi chùa** 사찰, 절 | **căn hộ** (다세대 주택, 아파트) 한 호수 | **riêng** 분리되다, 개별적이다 | **ngôi biệt thự** 고급 빌라, 별장 | **sân tennis** 테니스장 | **phòng làm việc** 작업실 | **mặt tiền** 앞쪽 | **tầng trệt** 지상층(Ground Floor)

2 제시된 단어들을 대화 속 표시된 부분에 적용하여 말하기 연습을 해 보세요.

Track 07_4

1. **A** Tôi ①đi xem nhà được không? 집을 보러 가도 되나요?

①
lên lầu / vào xem phòng ngủ / sử dụng nhà vệ sinh
위층으로 올라가다 / 침실을 보러 들어가다 / 화장실을 이용하다

B Dạ, được chứ ạ. ②Mời bà theo tôi. 네, 물론이죠. 저를 따라와 주세요.

②
mời bà đi lối này / xin bà cứ tự nhiên / nhà vệ sinh ở đằng kia
이쪽으로 가세요 / 편하게 보세요 / 화장실은 저쪽에 있어요

2. **A** Ngôi nhà này xây ①bao lâu rồi ạ? 이 집은 지어진 지 얼마나 되었나요?

①
mấy tháng / mấy năm / mấy năm
몇 개월 몇 년 몇 년

B Dạ, nhà mới xây. ②Chỉ mới sáu năm thôi. 네, 신축이에요. 아직 6년밖에 안 됐어요.

②
chưa được sáu tháng / mới hơn hai năm / chưa được một năm
아직 6개월 안 됐어요 이제 막 2년 됐어요 아직 1년도 안 됐어요

3. **A** Nhà ①có tất cả mấy phòng vậy, thưa ông? 이 집에 방은 몇 개나 있나요, 선생님?

①
có ga-ra không / có máy lạnh không / có điện nước riêng không
차고가 있나요 에어컨이 있나요 개별 수도전기 시설이 있나요

B Dạ, ②sáu phòng. 네, 방이 6개 있어요.

②
chỉ có sân sau thôi / chỉ có quạt máy /
뒤뜰만 있어요 선풍기만 있어요
điện thì riêng nhưng nước thì chung với nhà bên cạnh
전기는 개별이지만 수도는 옆집과 공용이에요

3 위치, 면적, 방 개수 등 자신이 사는 곳에 대해 묘사해 봅시다.

4 다음 정보를 참고하여, 집주인과 세입자로 역할을 나누어 대화해 봅시다.

Track 07_5

Nhà bán gấp

2084A, Lạc Long Quân, P.11, Q.11, DT 4m X 16m. Nhà gồm 1 trệt, 3 lầu, có 4 phòng ngủ, 3 toilet, 1 bếp, sân thượng. Đầy đủ tiện nghi, yên tĩnh. Giá thương lượng.

집 급 매물
11군 11동 락롱퀀 길 2084번지 / 면적 4m X 16m. 지상층과 3층, 침실 4개, 화장실 3개, 부엌 1개, 옥상. 시설이 잘 갖춰져 있으며 조용함. 가격 협의 가능

Phòng cho thuê

Khu trung tâm, gần chợ Tân Bình, yên tĩnh. Phòng đầy đủ tiện nghi. Có máy lạnh, điện thoại riêng. Địa chỉ 929 Lạc Long Quân, P. 7, Q. Tân Bình. Giá 2,5 triệu đồng/ tháng.

방 임대
중심가 위치, 떤빈 시장 근처, 조용함. 풀 옵션룸. 에어컨, 개별 전화기 구비. 주소: 떤빈군 7동 락롱퀀 길 929번지. 월세 250만 동

Nhà cho thuê nguyên căn để kinh doanh hoặc làm văn phòng.

Địa chỉ số 523 Nguyễn Thiện Thuật, Phường 2, Q. 3. Xin liên hệ tại địa chỉ trên. ĐT : 8225009.

사업 및 사무실 용도의 주택 임대
주소: 3군 2동 응웬 티엔 투엇 길 523번지. 상기 주소로 연락바랍니다. 전화번호: 8225009

Quận11 : Cần bán gấp một căn nhà 3m X 6m

Có gác suốt, nhà mới xây dựng, trang trí nội thất đẹp, có điện, nước, điện thoại riêng. Giá 19 lượng. Giấy tờ hợp lệ. Xin liên hệ: cô Hoa, ĐT: (08) 38229390.

11군: 면적 3m X 6m의 집 급매
복층, 신축, 아름다운 인테리어와 개별 수도전기 및 전화. 가격 금 19돈, 유효한 문서, 문의: 호아, 전화번호: (08) 38229390

단어 **gấp** 급하다, 긴박하다 | **gồm** 포함하다 | **sân thượng** 옥상 | **thương lượng** 협의하다, 절충하다 | **gác suốt** 복층 | **nội thất** 인테리어 | **giấy tờ** 문서 | **hợp lệ** 합법적이다 | **liên hệ** 연락하다

5 그림을 보고, 그림 속의 방을 묘사해 보세요.

1.

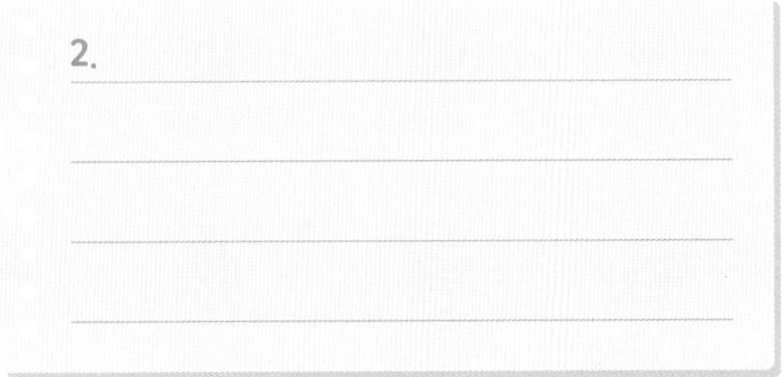

2.

3.

연습 문제

1 **뚜엣 씨에 대해 이야기하는 두 여자의 대화를 듣고, 다음 질문에 답해 보세요.** Track 07_6

1. Bà Tuyết mới mua nhà ở đâu? 뚜엣 씨는 최근 어디에 있는 집을 샀나요?

____

2. Căn nhà đó giá bao nhiêu? 그 집의 가격은 얼마인가요?

____

3. Chiếc xe hơi bà Tuyết mới mua giá bao nhiêu?
뚜엣 씨가 새로 산 자동차의 가격은 얼마인가요?

____

4. Căn nhà bà Tuyết định mua thêm ở đâu?
뚜엣 씨가 추가로 구매하기로 한 집은 어디에 있나요?

____

5. Chủ nhà có đồng ý bán không? Tại sao?
집주인은 집을 파는 데 동의했나요? 그 이유는 무엇인가요?

____

2 **모리타 씨에 대한 이야기를 듣고, 다음 질문에 답해 보세요.** Track 07_7

1. Ông Morita là chủ của mấy ngân hàng? 모리타 씨는 몇 개의 은행을 소유하고 있나요?

____

2. Ông ấy có nhiều nhà cho thuê ở đâu? 그는 어디에 있는 집에 세를 많이 주고 있나요?

____

3. Ông ấy có mấy ngôi biệt thự? 그는 고급 빌라를 몇 채 가지고 있나요?

____

4. Những ngôi biệt thự đó ở đâu? 그 고급 빌라들은 어디에 위치해 있나요?

____

3 복수형 수량사 'các'과 'những' 중 알맞은 단어를 빈칸에 써 보세요.

1. Chị muốn biết thêm __________ gì về ngôi nhà đó?
2. __________ người đã đến đây xem nhà vào lúc 9 giờ sáng có nói gì không?
3. __________ anh ấy muốn thuê một căn hộ trong chung cư này.
4. Hôm qua anh đã đi __________ đâu?
5. Tất cả __________ phòng trong khách sạn này không tiện nghi lắm.
6. Chủ nhà nói là tất cả __________ phòng đều có máy lạnh, trừ phòng khách.
7. Ông ấy biết tất cả __________ nhà trọ rẻ tiền ở Đà Lạt.
8. Mười hai giờ đêm, tất cả __________ quán ở thành phố này đều đóng cửa.

단어 **trừ** ~을(를) 제외하고

4 주어진 단어들을 명사, 형용사, 동사 세 가지 그룹으로 나누어 써 보세요.

thuê tiện **tiền nhà** trả ***PHÒNG NGỦ*** NHÀ BẾP giường **chật** xem **trang trí** mới **LẦU** **rộng** **máy lạnh** tầng trệt ***ĐẮT*** GIÁ

1. 명사 ______________________________

2. 형용사 ______________________________

3. 동사 ______________________________

5 주어진 단어를 토대로 'thì……thì……' 구문을 사용하여 열거 또는 대조하는 문장을 만들어 보세요.

> 예시 | phòng khách (거실) / phòng ngủ (침실)
> ➡ Phòng khách thì quá chật, phòng ngủ thì quá rộng.
> 거실은 너무 협소하고, 침실은 너무 넓어요.

1. nhà bếp / nhà vệ sinh

➡ ______________________________.

2. ngôi nhà này / toà biệt thự kia

➡ ______________________________.

3. giá thuê nhà ở đây / giá thuê nhà ở Quận 3

➡ ______________________________.

4. sân trước / sân sau

➡ ____.

5. thuê nhà ở khu trung tâm / thuê nhà ở ngoại ô

➡ ____.

6. nhà mặt tiền / nhà trong hẻm

➡ ____.

6 빈칸을 채워 다음 문장을 완성해 보세요.

1. Tôi thì dọn dẹp nhà cửa, còn chị tôi thì ______________________.
2. Tiệm đó thì đóng cửa sớm, còn ______________________.
3. Mấy tháng nay giá nhà thì tăng, còn ______________________.
4. Ở thành phố thì ______________, còn ______________________.
5. Thuê nhà ở khu vực trung tâm thì ______________, còn ______________.
6. Ở chung cư thì ______________, còn ______________________.

단어 dọn dẹp 청소하다

7 다음 질문에 대해 자신의 상황에 따라 자유롭게 대답해 보세요.

1. Nhà của bạn thế nào?
당신의 집은 어떠한가요?

____

2. Nhà của bạn có gần trường/công ty không?
당신의 집은 학교/회사에서 가깝나요?

____

3. Nhà của bạn có mấy phòng?
당신의 집은 방이 몇 개 있나요?

____

4. Nhà bạn có gần siêu thị hoặc trường học không?
당신의 집 근처에 마트나 학교가 있나요?

____

5. Bạn thích sống trong một căn nhà như thế nào?
당신은 어떤 집에서 사는 것을 선호하나요?

____

Track 07_8

THUÊ NHÀ

Ở Thành phố Hồ Chí Minh, việc tìm thuê một căn nhà không khó lắm.

Trên các báo đều có mục “Rao vặt” quảng cáo về nhà cần bán hoặc cho thuê.

Nhà cho thuê có nhiều loại: cho thuê nguyên căn, cho thuê một tầng lầu hoặc cho thuê chỉ một phòng trong nhà. Giá thuê nhà cũng rất khác nhau, tùy theo vị trí, sự tiện nghi của ngôi nhà.

Nếu là nhà mặt tiền thì giá sẽ rất đắt, còn nếu là nhà trong hẻm, tất nhiên giá sẽ rẻ hơn.

Nhà được trang bị đầy đủ tiện nghi như máy lạnh, may tắm nước nóng, bồn tắm…… thì giá thuê sẽ cao hơn những căn nhà không được tiện nghi lắm.

Vì vậy, người đi thuê thường phải đến xem nhiều nơi trước khi quyết định.

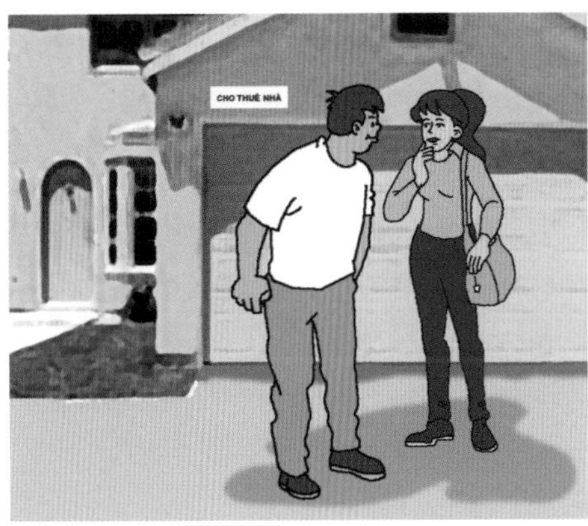

Sau khi tìm được căn nhà vừa ý, trước khi dọn đến ở, người thuê nhà thường phải trả trước cho chủ ba hoặc sáu tháng tiền thuê nhà.

Thuê nhà là một việc bất đắc dĩ.

Tuy nhiên, hiện nay giá nhà đất ở các thành phố lớn như Hà Nội, Thành phố Hồ Chí Minh khá cao nên ngày càng có nhiều người phải ở nhà thuê.

집 구하기

호찌민시에서 집을 빌리는 것은 그다지 어렵지 않습니다.

어떤 신문에서든 '광고란'에서 집 임대나 매매에 대한 광고 글을 접할 수 있습니다.

임대 형태에는 여러 종류가 있습니다: 집 전체를 빌리거나, 집의 한 층이나 방 하나를 빌릴 수도 이습니다. 임대료 또한 집의 위치, 집의 시설에 따라 매우 다릅니다.

집이 대로변에 위치하면 매우 비쌀 것이고, 골목에 있는 집이라면 당연히 더 저렴합니다.

에어컨, 온수, 욕조 등과 같은 시설이 완비된 집이라면 시설이 부족한 다른 집에 비해 임대료가 더 높습니다.

그렇기 때문에, 집을 빌리려는 사람들은 결정하기 전에 많은 집을 보러 가야 합니다.

마음에 드는 집을 찾은 뒤에는 이사 오기 전, 3개월분 또는 6개월분의 임대료를 집주인에게 미리 지불해야 합니다.

집을 빌리는 일은 어쩔 수 없이 해야 하는 일입니다.

그런데도 요즘 하노이, 호찌민시와 같은 대도시의 부동산 가격이 꽤 높기 때문에 집을 빌려야 하는 사람들이 날이 갈수록 늘어나고 있습니다.

단어 **rao vặt** (신문, 잡지 등의) 항목별 광고 | **vị trí** 위치 | **hẻm** 골목 | **tất nhiên** 당연하다 | **may tắm nước nóng** 온수 샤워탱크 | **bồn tắm** 욕조 | **vừa ý** 마음에 들다 | **dọn đến** 입주하다 | **bất đắc dĩ** 어쩔 수 없이, 내키지 않다 | **giá nhà đất** 부동산 가격

Khi rảnh chị thường làm gì?

한가할 때 언니는 무엇을 하나요?

학습 Point

- □ 여가생활을 나타내는 표현
- □ 대명사 mình
- □ 수량사 tất cả, cả
- □ càng……càng…… 구문

*회화문에서 배울 새 단어를 미리 학습해 보세요.

Track 08_1

bạn bè 친구들	**ít khi** 좀처럼 ~하지 않다
không bao giờ 절대 ~하지 않다	**hay** 혹은, 또는
loại 장르, 유형, 종류	**bạo lực** 폭력적이다, 폭력
luôn luôn 항상	**cuộc sống** 삶, 생활
bận rộn 바쁘다	

자신의 습관에 대해 이야기하는 투와 마이

Track 08_2

Thu Khi rảnh, chị thường làm gì, chị Mai?

Mai Rất nhiều thứ. Nhưng thường là mình đi thăm bạn bè, đi chơi hay đi mua sắm.

Thu Có khi nào chị đi xem phim không?

Mai Rất ít khi, vì mình bận lắm.

Thu Nếu xem phim thì chị thường xem loại phim gì?

Mai Mình thích xem phim hài. Không bao giờ mình xem phim bạo lực.

Thu Chị có thường đọc sách không?

Mai Trước đây thì mình rất hay đọc sách, nhưng bây giờ thì thú thật, mình rất ít khi đọc. Còn Thu, khi rảnh thì Thu thường làm gì?

Thu Cả ngày mình chỉ ở nhà ngủ. Chẳng muốn làm gì. Chẳng hiểu sao mình luôn luôn cảm thấy thiếu ngủ. Cuộc sống càng ngày càng bận rộn. Chị có thấy như thế không?

투 한가할 때 주로 무엇을 하나요, 마이 언니?

마이 많은 일들을 하죠. 주로 친구들을 만나 놀러 가거나 쇼핑을 가요.

투 영화를 보러 갈 때도 있나요?

마이 매우 드물어요, 너무 바쁘거든요.

투 만약 영화를 본다면 주로 어떤 장르를 좋아하세요?

마이 저는 코미디 영화를 좋아해요. 폭력적인 영화는 절대 보지 않아요.

투 언니는 책을 자주 읽으시나요?

마이 예전에는 책을 자주 읽었는데, 요즘은 솔직히 거의 읽지 않아요. 그렇다면 투 씨는 한가할 때 무얼 하나요?

투 하루 종일 저는 집에서 잠을 자요. 아무것도 하기 싫어요. 왜인지 이해할 수 없지만 저는 항상 잠이 부족하다고 느껴요. 삶이 날이 갈수록 바빠지네요. 언니도 이런 걸 느낀 적 있으세요?

대화 내용을 바탕으로, 다음 질문에 답해 보세요.

1. Khi rảnh Mai thường làm những việc gì nhất?
한가할 때 마이 씨가 가장 많이 하는 일은 무엇인가요?

2. Tại sao Mai ít khi đi xem phim? 왜 마이 씨는 영화 보러 가는 일이 극히 드문가요?

3. Mai thích loại phim nào và ghét loại phim nào?
마이 씨는 어떤 장르의 영화를 좋아하고 어떤 장르의 영화를 싫어하나요?

4. Mai rất hay đọc sách phải không? 마이 씨는 책을 자주 읽나요?

5. Thu thích điều gì nhất khi chị ấy rảnh rỗi? Bạn có biết tại sao không?
투 씨가 한가할 때 가장 좋아하는 일은 무엇인가요? 그 이유를 알고 있나요?

1 대명사 mình

'mình'은 '나', '자신'이라는 의미를 지닌 인칭대명사입니다. 첫 번째 예문과 같이 1인칭으로 자기 자신을 친근하게 칭할 때 사용하기도 하며, 두 번째와 세 번째 예문처럼 앞서 언급된 주어 자신을 지칭하는 재귀대명사로서 사용되기도 합니다.

- Mình rất ghét phim bạo lực.
  저는 폭력적인 영화를 정말 싫어해요.
- Nó chỉ nghĩ đến mình.
  그는 자기 생각만 하고 있어요.
- Các anh ấy không muốn nói về mình.
  그들은 자신에 대한 이야기를 하고 싶어 하지 않아요.

단어 ghét 싫어하다

2 수량사 tất cả

수량사 'tất cả'는 '모두', '모든'이라는 뜻으로, 영어의 'every'와 같이 가리키는 대상 하나하나를 강조하여 전체를 모두 지칭할 때 사용합니다.

- Tất cả mọi người ở đây đều biết anh ấy.
  여기 있는 모두가 그를 알고 있어요.
- Tất cả các nhân viên ở đây đều vui tính.
  여기 있는 모든 직원들이 다 활기차요.

단어 vui tính 활기차다, 쾌활하다

3 수량사 cả

개별적인 각 대상을 전부 포함하는 'tất cả'와 달리, 수량사 cả는 영어의 'all'과 같이 하나의 집합, 그 집합체를 나타내는 단위입니다. 'cả nhà(온 가족)', 'cả công ty(회사 전 직원)', 'cả ngày(하루 종일)' 등과 같이 사람이나 일정 범위의 시간을 그룹화하여 하나의 단위로 표현하는 개념입니다.

- Cả nhà tôi đều thích xem phim hài.

  우리 가족 모두가 코미디 영화를 좋아해요.

- Chuyện ấy cả làng đều biết.

  그 일은 온 마을 사람들 모두가 알고 있어요.

단어 **phim hài** 코미디 영화 | **làng** 마을

4 càng……càng…… 구문

'càng……càng……' 구문은 '(점점, 더) ~할수록 ~하다'의 의미로, 어떠한 행동이나 상태의 정도가 점점 더 강화되거나 증가되는 것을 나타냅니다.

- Càng ngày họ càng hiểu nhau hơn.

  날이 갈수록 그들은 서로 더 이해합니다.

- Bài hát này càng nghe càng thấy hay.

  이 노래는 들으면 들을수록 좋습니다.

말하기 연습

1 제시된 단어들을 문장에서 표시된 부분에 적용하여 말하기 연습을 해 보세요.

Track 08_3

1. Khi ①rảnh, chị thường làm gì? 한가할 때, 당신은 주로 뭘 하나요?

①	
buồn	슬플 때, 당신은 주로 뭘 하나요?
vui	기쁠 때, 당신은 주로 뭘 하나요?
sợ	무서울 때, 당신은 주로 뭘 하나요?

2. Có khi nào ①chị đi xem phim không? 당신은 영화 보러 갈 때도 있나요?

①	
anh đi du lịch một mình	당신은 혼자 여행 갈 때도 있나요?
anh đi học sớm	당신은 일찍 등교할 때도 있나요?
chị cãi nhau với bạn	당신은 친구와 말다툼할 때도 있나요?

3. Không bao giờ mình ①xem phim bạo lực. 저는 폭력적인 영화는 절대 보지 않아요.

①
đi học muộn
làm bài tập ở nhà
gọi điện thoại cho người khác sau 11 giờ đêm

저는 학교에 절대 늦게 가지 않아요.

저는 집에서 과제를 절대 하지 않아요.

저는 밤 11시 이후에는 다른 사람에게 절대 전화 걸지 않아요.

4. ①Cuộc sống càng ngày càng ②bận rộn.

삶이 날이 갈수록 바빠지네요.

①	②	
công việc	khó khăn	일이 날이 갈수록 어려워지네요.
anh ấy	uống rượu nhiều	그는 날이 갈수록 술을 많이 마시네요.
cô ấy	chăm học	그녀는 날이 갈수록 열심히 공부하네요.

2 제시된 단어들을 대화 속 표시된 부분에 적용하여 말하기 연습을 해 보세요.

Track 08_4

1. **A** Khi ①rảnh, chị thường làm gì, chị Mai?

한가할 때, 주로 뭘 하나요, 마이 씨?

①
vui / buồn / nhớ nhà
기쁘다 슬프다 고향이 그립다

B Thường là mình ②đi thăm bạn bè hay ③đi mua sắm.

주로 친구들을 만나러 가거나 쇼핑을 가요.

②
đến nhà bạn / ở nhà ngủ / viết thư
친구 집에 가다 집에서 잠을 자다 편지를 쓰다

③
đi chơi công viên / đi xem phim / gọi điện thoại cho bố mẹ
공원에 놀러 가다 영화를 보러 가다 부모님께 전화 걸다

2. **A** Chị thích ①xem loại phim gì?

당신은 어떤 장르의 영화를 보는 걸 좋아하세요?

①
đọc loại sách / nghe loại nhạc / chơi môn thể thao
장르의 책을 읽다 장르의 음악을 듣다 종목의 운동을 하다

B Mình thích ②xem phim hài. Không bao giờ mình ③xem phim bạo lực.

저는 코미디 영화를 좋아해요. 폭력적인 영화는 절대 보지 않아요.

②
đọc tiểu thuyết / nghe nhạc nhẹ / chơi cầu lông
소설을 읽다 가볍게 듣기 좋은 음악을 듣다 배드민턴을 치다

③
đọc sách nghiên cứu / nghe nhạc Rap / chơi bóng đá
연구서를 읽다 랩 음악을 듣다 축구를 하다

Tip! 'chơi'는 영어의 'play'와 같은 의미로, 스포츠 등의 운동 종목을 '하다', '즐기다', '치다'라는 뜻을 나타냅니다.

3. **A** Còn anh, ①ngày nghỉ anh thường làm gì? 그러면 당신은 쉬는 날에 주로 뭘 하세요?

①		
sáng chủ nhật	nghỉ hè	nghỉ Tết
일요일 아침	여름 휴가	설 연휴

B Cả ②ngày tôi chỉ ở nhà ③ngủ. 하루 종일 저는 집에서 잠만 자요.

②		
buổi	kỳ nghỉ	tuần
한나절	휴가 기간	일주일

③		
xem ti vi	đọc sách	đọc báo xuân
텔레비전을 보다	책을 읽다	입춘신문을 읽다

Tip! 'báo xuân'은 'báo(신문)'과 'xuân(봄)'이 합쳐진 말로, 설날에 맞춰 발행하는 입춘신문을 가리킵니다.

3 다음 질문에 자유롭게 답해 보세요.

1. Khi rảnh bạn thường làm gì? 한가할 때 당신은 주로 무엇을 하나요?

____

2. Khi buồn bạn thường làm gì? 슬플 때 당신은 주로 무엇을 하나요?

____

3. Khi người ta xin lỗi bạn, bạn thường nói gì?
누군가가 당신에게 사과할 때, 당신은 주로 무슨 말을 하나요?

____

4. Khi bạn tức giận, bạn thường làm gì? 화가 날 때, 당신은 보통 무엇을 하나요?

____

5. Khi đi học tiếng Việt, bạn thường mang theo những gì?
베트남어를 공부하러 갈 때, 당신은 보통 어떤 것들을 가지고 갑니까?

____

단어 **người ta** 사람(들) | **tức giận** 화나다

4 **제시된 단어들을 사용하여, 다른 사람의 습관에 대해 인터뷰해 보세요.**

thức dậy 일어나다 / ăn sáng 아침을 먹다 / uống cà phê 커피를 마시다 / đi làm 출근하다 / uống rượu 술을 마시다 / về nhà 귀가하다 / xem ti vi 텔레비전을 보다 / xem phim 영화 보다 / đọc báo 신문를 읽다 / buồn 슬프다 / khóc 울다

5 **어린 시절 자신의 습관에 대해 말해 보세요.**

6 **주변 사람의 재미있는 습관에 대해 말해 보세요.**

연습 문제

1 홍 씨와 쑤언 씨의 대화를 듣고, 다음 질문에 답해 보세요.

Track 08_5

1. Tại sao Xuân và chồng cô ấy cãi nhau?
   쑤언 씨와 그녀의 남편은 왜 다투었나요?

2. Cô ấy thích gì? 그녀는 무엇을 좋아하나요?

3. Chồng cô ấy thích gì? 그녀의 남편은 무엇을 좋아하나요?

4. Họ có thường cãi nhau không? 그들은 자주 다투나요?

2 남 씨에 대한 이야기를 듣고, 다음 질문에 답해 보세요.

Track 08_6

1. Trước đây ông ấy làm nghề gì? 예전에 그는 무슨 일을 했나요?

2. Ông ấy thường hay nhớ về điều gì?
   그는 주로 무엇을 자주 그리워하나요?

3. Khi nói chuyện, ông ấy thường bắt đầu bằng câu gì?
   대화할 때, 그는 주로 무슨 문장으로 시작하나요?

4. Trước đây ông ấy có thể uống một lúc bao nhiêu chai bia?
예전에 그는 한 번에 몇 병의 맥주를 마시곤 했나요?

____

5. Trước đây ông ấy có thể đi bộ một lúc bao nhiêu cây số?
예전에 그는 한 번에 몇 킬로미터를 걸어갈 수 있었나요?

____

단어 chai (유리)병

3 빈칸에 들어갈 알맞은 단어를 〈보기〉에서 골라 써 보세요.

보기 | lúc / của / với / thường / thỉnh thoảng / không bao giờ

Liên là học sinh lớp 11 1) ___________ một trường trung học nổi tiếng trong thành phố. Liên 2) ___________ thức dậy lúc 5 giờ 45 phút sáng. Sau khi rửa mặt, Liên ăn sáng 3) ___________ gia đình rồi chuẩn bị đi học. Liên thường rời khỏi nhà 4) ___________ 6 giờ 15. Buổi trưa Liên thường về nhà lúc 11 giờ rưỡi. Nhưng Liên 5) ___________ về nhà sau 12 giờ trưa. Buổi chiều, Liên thường ở nhà. 6) ___________ Liên đi thư viện hay đến nhà bạn mượn sách vở. Buổi tối Liên học bài, xem ti vi với gia đình. Liên ít khi đi ngủ sau 12 giờ đêm.

단어 thỉnh thoảng 때때로 | rửa mặt 세수하다 | rời khỏi ~에서 나가다 | thư viện 도서관 | mượn 빌리다 | sách vở 책 | học bài 공부하다

4 박스 안의 단어 중 알맞은 단어에 동그라미 표시해 보세요.

1. Ngày nào tôi cũng thức dậy sớm. Tôi (hay / không bao giờ) thức dậy trễ.

2. (Luôn luôn / Ít khi) anh ấy uống bia nhiều như hôm nay.

3. Các chị ấy có (thường là / hay) đi mua sắm với nhau không?

4. Anh có (thường / ít khi) xem phim tình cảm không?

5. (Ít khi / Hay) tôi thấy chị ấy hút thuốc.

단어 phim tình cảm 로맨스 영화

5 'mình'과 동일한 의미를 가진 다른 형태의 대명사를 사용하여 문장을 다시 써 보세요.

예시 | Mình rất ghét phim bạo lực. 저는 폭력적인 영화를 매우 싫어해요.
➡ Tôi rất ghét phim bạo lực. 저는 폭력적인 영화를 매우 싫어해요.

1. Mình không biết là chị ấy giận mình.

➡ ______________________________.

2. Bạn đi đến nhà anh ấy với mình được không?

➡ ______________________________.

3. Cô Thu luôn tự tin ở chính mình.

➡ ______________________________.

4. Cô ấy không thể tự mình làm tất cả mọi việc trong nhà.

➡ ______________________________.

5. Em gái mình vừa vào đai học năm ngoái.

➡ ______________________________.

6. Anh ấy nghĩ rằng cả công ty không thích mình.

➡ ____________________.

7. Khi nào rảnh, đến nhà chúng mình chơi nhé.

➡ ____________________.

단어 **giận** 화내다 | **tự tin** 자신감 있다 | **chính mình** 자기 자신, 스스로 | **chúng mình** 저희(화자가 청자를 포함하지 않고 자신과 그 주위의 사람을 포함하여 지칭)

6 밑줄 친 부분을 'cả + 명사(nhà, buổi, sáng, đêm……)' 형태로 바꾸어 문장을 완성해 보세요.

1. Hôm nay anh ấy được rảnh từ sáng đến tối.
   오늘 그는 아침부터 저녁까지 한가해요.

   ➡ ____________________.

2. Nó xem video từ 7 giờ sáng đến 12 giờ trưa.
   걔는 오전 7시부터 정오까지 비디오를 봐요.

   ➡ ____________________.

3. Bố, mẹ, anh, chị em cô Liên và cô Liên sẽ đi nghỉ ở Nha Trang.
   아빠, 엄마, 리엔 씨의 형제자매와 리엔 씨는 나트랑으로 휴가를 갈 거예요.

   ➡ ____________________.

4. Tất cả sinh viên trong lớp tôi đều đã xem bộ phim đó.
   우리 반의 모든 학생들은 그 영화를 봤어요.

   ➡ ____________________.

5. Mọi người trong công ty đều biết chuyện ấy.
   회사 내의 모든 사람들이 그 일을 알고 있어요.

   ➡ ____________________.

단어 **bộ phim** 영화

7 'tất cả'를 사용하여 질문에 대한 답을 써 보세요.

1. **A** Anh muốn mượn loại sách nào? Sách văn học, sách lịch sử hay sách toán?
   당신은 어떤 장르의 책을 빌리고 싶나요? 문학, 역사, 수학?

   B ______________________________.

2. **A** Chị đã đi du lịch ở đâu rồi? Huế, Nha Trang, Đà Lạt hay Đà Nẵng?
   언니는 어디로 여행을 다녀왔나요? 후에, 나트랑, 달랏 아니면 다낭?

   B ______________________________.

3. **A** Họ thích uống gì? Bia, rượu hay nước cam?
   그들은 어떤 음료를 좋아하나요? 맥주, 술 아니면 오렌지 주스?

   B ______________________________.

4. **A** Từ đây ra Hà Nội đi bằng xe lửa mất bao lâu?
   여기서 하노이까지 기차로는 얼마나 걸리나요?

   B ______________________________.

5. **A** Bao nhiêu tiền vậy, cô?
   얼마인가요, 아주머니?

   B ______________________________.

8 'càng……càng……' 구문을 사용하여 다음에 이어질 대화를 완성해 보세요.

1. **A** Chị đang xem phim "Ba mùa" à? Có hay không, chị?
   언니는 지금 영화 '쓰리시즌'을 보고 있나요? 재밌어요, 언니?

   B Hay lắm, ______________________________.

2. **A** Chúng ta đi Đầm Sen chơi đi. Nghe nói công viên nước ở đó hay lắm.
   우리 '덤샌'으로 놀러 가요. 듣자 하니 그곳의 워터파크가 아주 재미있대요.

   B Ý kiến hay đấy. Công viên Đầm Sen ______________________________.

3. **A** Chị thường đi mua sắm ở shop thời trang đó à?
언니는 그 옷가게에서 자주 쇼핑하나요?

B Vâng. Quần áo ở đó ______________________________.

4. **A** Tôi thấy anh dạo này có vẻ mệt mỏi quá. Công việc mới chắc vất vả lắm nhỉ?
제가 보기에 요즘 형은 너무 피곤해 보여요. 새로운 일이 많이 힘들지요, 그렇죠?

B Vâng, ______________________________.

5. **A** Chị có thích xem chương trình "Yan can cook" không?
언니는 '얀캔쿡' 프로그램 보는 걸 좋아하나요?

B ______________________________.

단어 **công viên nước** 워터파크 | **thời trang** 패션, 옷 | **vất vả** 힘들다, 고생하다

9 자신이 일상적으로 하는 일에 대해 써 보세요.

____

____

____

____

Track 08_7

MỘT NGÀY CỦA ÔNG HẢI

Đây là ông Lê Văn Hải. Ông ấy là giám đốc một công ty xuất nhập khẩu ở Quận 1. Năm nay ông Hải 50 tuổi. Ông Hải luôn luôn bận rộn. Ông ấy bao giờ cũng thức dậy lúc 6 giờ sáng. Sau khi rửa mặt, ông ấy thường ngồi đọc báo ở phòng khách. Ông ấy luôn luôn ngồi trên ghế riêng của mình. Sáu giờ năm mươi phút, tài xế đến đón ông tại nhà. Ông Hải không thích ăn sáng ở nhà. Sáng nào ông ấy cũng ăn phở ở đường Pasteur.

Ông ấy thường ăn một tô phở đặc biệt và uống một ly cà phê sữa nóng. Bảy giờ rưỡi ông Hải đến công ty. Ông ấy luôn luôn đến công ty đúng giờ. Buổi trưa ông Hải ít khi về nhà. Ông ấy thường ăn trưa ở nhà hàng. Tối nào ông ấy cũng đi nhà hàng với bạn hay đi với khách nước ngoài. Ít khi ông ấy về nhà trước 11 giờ đêm. Ông Hải không bao giờ hài lòng về cuộc sống của mình. Ông luon luôn nói rằng: “ Tôi là một người bất hạnh”

하이 씨의 하루

이분은 레 반 하이 씨입니다. 그는 1군의 한 수출입 회사 사장입니다. 올해 그는 50살입니다. 하이 씨는 항상 바쁩니다. 그는 언제나 아침 6시에 일어납니다. 세수를 한 후, 그는 거실에 앉아 신문을 읽습니다. 그는 항상 자신의 개인 의자에 앉습니다. 6시 50분, 운전기사가 그의 집에 그를 데리러 옵니다. 하이 씨는 집에서 아침 먹는 것을 좋아하지 않습니다. 아침마다 그는 파스퇴르 거리에서 쌀국수를 먹습니다.

그는 주로 스페셜 쌀국수 한 그릇을 먹고 따뜻한 연유커피 한 잔을 마십니다. 7시 반에 하이 씨는 회사에 도착합니다. 그는 항상 제시간에 회사에 옵니다. 점심시간에 하이 씨는 거의 집으로 가지 않습니다. 그는 보통 식당에서 점심을 먹습니다. 저녁마다 그는 친구나 외국인 손님과 함께 식당에 갑니다. 그는 밤 11시 이전에 귀가하는 일이 거의 없습니다. 하이 씨는 자신의 삶에 대해 전혀 만족하지 않습니다. 그는 항상 '나는 불행한 사람이다'라고 말합니다.

단어 **xuất nhập khẩu** 수출입 | **đặc biệt** 특별하다 | **bao giờ cũng** 항상 ~하다, 언제나 | **đúng giờ** 정시에 | **hài lòng** 만족하다 | **bất hạnh** 불행하다

지문을 읽고, 다음 질문에 답해 보세요.

1. Ông Hải làm gì? Ở đâu? 하이 씨는 무엇을 하나요? 어디에서요?

2. Sau khi rửa mặt, ông Hải thường làm gì? 세수를 한 후, 하이 씨는 주로 무엇을 하나요?

3. Ông Hải luôn luôn ngồi trên ghế của ai? 하이 씨는 항상 누구의 의자에 앉나요?

4. Ông Hải có thường về nhà buổi trưa không? 하이 씨는 점심시간에 보통 집으로 가나요?

5. Ông Hải thường về nhà lúc mấy giờ? 하이 씨는 보통 몇 시에 귀가하나요?

Thảo thích mọi thứ, chỉ trừ……

타오 씨는 모든 걸 좋아해요, 단지……

학습 Point

- □ 습관과 취미를 나타내는 표현
- □ 부사 hãy
- □ 숙어 chẳng hạn như
- □ 숙어 ngoài (ra) / ngoài……ra
- □ 접속사 trừ

*회화문에서 배울 새 단어를 미리 학습해 보세요.

Track 09_1

phóng viên 기자	**phỏng vấn** 인터뷰
diễn viên 배우	**điện ảnh** 영화
bạn đọc 독자	**xưởng phim** 촬영장, 스튜디오
thỉnh thoảng 때때로	**một vài** 몇몇의
sở thích 취미, 취향	**âm nhạc** 음악
nhạc nhẹ 가볍게 듣기 좋은 음악, 힐링 음악	**truyện ngắn** 단편 소설
tiểu thuyết 장편 소설	

기자의 인터뷰 질문에 대답하고 있는 유명 영화 배우 응옥 타오

Track 09_2

Phóng viên Thảo hãy cho bạn đọc biết về một ngày bình thường của mình.

Ngọc Thảo Thảo thường thức dậy từ lúc 6 giờ sáng.
Sau đó Thảo ăn sáng với gia đình rồi đến xưởng phim.

Phóng viên Còn buổi tối, Thảo thường làm gì?

Ngọc Thảo Buổi tối Thảo ở nhà xem phim, đọc sách báo.
Thỉnh thoảng đi thăm một vài người bạn thân.

Phóng viên Bây giờ Thảo hãy nói về sở thích của mình.
Chẳng hạn như về âm nhạc, Thảo thích nghe loại nhạc gì?

Ngọc Thảo Thảo rất thích nhạc nhẹ.

Phóng viên Thảo thích đọc loại sách gì?

Ngọc Thảo Thảo thích đọc truyện ngắn, tiểu thuyết.
Ngoài ra, Thảo còn thích đọc sách về lịch sử

Phóng viên Câu hỏi cuối cùng: Thảo ghét cái gì nhất?

Ngọc Thảo Thảo thích mọi thứ, chỉ trừ⋯⋯.

Phóng viên Chỉ trừ cái gì?

Ngọc Thảo Chỉ trừ⋯⋯ những người hỏi nhiều.

기자 타오 씨의 하루 일과에 대해 독자들에게 알려주세요.

응옥 타오 저는 보통 아침 6시에 일어나요. 그 후에 가족들과 아침 식사를 하고 영화 촬영장으로 가죠.

기자 그럼 저녁에는 보통 뭘 하시나요?

응옥 타오 저녁에는 집에서 영화를 보거나 신문, 책 등을 읽어요. 때때로 몇몇 친구들을 만나러 가기도 해요.

기자 이제 취미에 대해 얘기해 주세요. 예를 들면, 음악이라던가요. 어떤 음악 장르를 좋아하시나요?

응옥 타오 저는 가볍게 듣기 좋은 음악을 좋아해요.

기자 책은 어떤 장르를 좋아하시나요?

응옥 타오 단편 소설이나 장편 소설을 좋아해요. 이 외에 역사 관련 책도 좋아해요.

기자 마지막 질문입니다. 타오 씨가 가장 싫어하는 것은 무엇인가요?

응옥 타오 저는 모두 좋아하지만, 단지…….

기자 단지 뭔가요?

응옥 타오 단지…… 질문이 많은 사람 빼고요.

대화 내용을 바탕으로, 다음 질문에 답해 보세요.

1. Trước khi đi đến xưởng phim, Thảo thường ăn sáng với ai?
촬영장에 가기 전, 타오 씨는 주로 누구와 아침 식사를 하나요?

2. Buổi tối, Thảo có thường đi đâu không? 저녁에, 타오 씨는 주로 어디에 가나요?

3. Thảo thích nghe loại nhạc gì? 타오 씨는 어떤 음악 장르를 좋아하나요?

4. Cô ấy thích đọc loại sách gì? 그녀는 어떤 책 장르를 좋아하나요?

5. Thảo ghét cái gì nhất? 타오 씨가 가장 싫어하는 것은 무엇인가요?

문법

1 부사 hãy

부사 'hãy'는 '~하세요', '~하십시오'라는 의미로 상대를 설득하거나 독려하는 경우, 혹은 명령하는 경우에 사용하는 표현입니다. 'hãy'는 정중한 명령문으로, 세 번째 예문과 같이 같은 명령문의 의미를 가지고 있는 '~đi(~해라)'와 함께 쓰일 수 있습니다.

- Bây giờ anh hãy nói thật cho tôi biết.
  이제 저에게 진실을 말해 주세요.
- Hãy cẩn thận. 조심하세요.
- Anh hãy về đi. 집으로 가세요.

단어 cẩn thận 조심하다

2 숙어 chẳng hạn như

예시를 들기 위해 사용되는 표현인 'chẳng hạn như'는 '예를 들자면', '예를 들어'라는 의미를 가지고 있습니다. 'chẳng hạn(예를 들어, 예컨대)' 또는 'như(~처럼, ~와 같이)'로 사용할 수 있으며, 두 번째 예문처럼 문장 마지막에 위치하기도 합니다.

- Chị hãy làm cái gì đó, chẳng hạn như đi xem phim, đi du lịch.
  무언가를 하세요. 예를 들면 영화 보는 것이나 여행 가는 것 같은 거요.
- Tôi muốn uống một cái gì đó, bia chẳng hạn.
  저는 무언가 하나 마시고 싶어요. 예를 들어 맥주라던가요.

3 숙어 ngoài (ra) / ngoài……ra

'ngoài (ra)'는 '이 외에도', '그 밖에도'라는 의미를 가지며, 언급한 내용 이외에 추가적으로 다른 것을 더 나열하여 말하는 경우에 사용합니다.

- Anh ấy học tiếng Anh, tiếng Pháp. Ngoài ra, anh ấy còn học tiếng Hàn Quốc.

  그는 영어와 프랑스어를 공부해요. 이 외에도 그는 한국어도 공부해요.

- Ngoài tôi ra, ở đây còn 5 người khác nữa.

  저 외에도, 여기에 5명의 사람이 더 있어요.

4 접속사 trừ

접속사 'trừ'는 '~을(를) 제외하고/빼고/고려하지 않고' 등의 의미를 가지며, 'trừ' 뒤에 놓이는 특정 대상을 포함하지 않고 말하는 경우에 사용합니다.

- Cô ấy mời tất cả mọi người, trừ tôi.

  그녀는 저를 제외하고 모두를 초대했어요.

- Con muốn gì cũng được, trừ chuyện nghỉ học.

  너는 학교를 휴학하는 것을 제외하고 원하는 것은 무엇이든 해도 돼.

단어 nghỉ học 휴학하다

말하기 연습

1 제시된 단어들을 문장에서 표시된 부분에 적용하여 말하기 연습을 해 보세요. Track 09_3

1. ①Thảo hãy nói về ②sở thích của mình. 타오 씨 자신의 취미에 대해 말해 주세요.

①	②
Chị	thói quen
Cô	ước muốn
Anh	kế hoạch
Ông	công việc hàng ngày

언니 자신의 습관에 대해 말해 주세요.
선생님 자신의 꿈에 대해 말해 주세요.
당신 자신의 계획에 대해 말해 주세요.
할아버지 자신의 일상 업무에 대해 말해 주세요.

2. Chẳng hạn như về ①âm nhạc, Thảo thích ②loại nhạc gì?
예를 들면 음악이라던가요, 타오 씨는 어떤 음악 장르를 좋아하세요?

①	②
tiểu thuyết	loại tiểu thuyết gì
hội họa	loại tranh gì
phim	loại phim gì
thể thao	môn thể thao nào

예를 들면 소설이라던가요, 타오 씨는 어떤 소설 장르를 좋아하세요?
예를 들면 회화라던가요, 타오 씨는 어떤 그림 종류를 좋아하세요?
예를 들면 영화라던가요, 타오 씨는 어떤 영화 장르를 좋아하세요?
예를 들면 스포츠라던가요, 타오 씨는 어떤 스포츠 종목을 좋아하세요?

3. Thảo thích ①đọc truyện ngắn, tiểu thuyết. Ngoài ra, Thảo còn thích ②đọc sách về lịch sử.
타오 씨는 단편 소설과 장편 소설 읽는 것을 좋아해요. 이 외에도 타오 씨는 역사 관련 책도 좋아해요.

①	②
xem phim hài	xem phim tâm lý-xã hội
nghe nhạc nhẹ	nghe dân ca
nấu ăn	cắm hoa
sưu tập tem	sưu tập bướm

타오 씨는 코미디 영화 보는 것을 좋아해요. 이 외에도 타오 씨는 사회심리 영화도 좋아해요.
타오 씨는 가볍게 듣기 좋은 음악을 듣는 것을 좋아해요. 이 외에도 타오 씨는 민요도 좋아해요.
타오 씨는 요리하는 것을 좋아해요. 이 외에도 타오 씨는 꽃꽂이도 좋아해요.
타오 씨는 우표 수집하는 것을 좋아해요. 이 외에도 타오 씨는 나비 수집도 좋아해요.

4. Cô ấy ① thích mọi thứ, chỉ trừ ② những người hỏi nhiều.

그녀는 질문이 많은 사람들을 제외하곤 모든 걸 좋아해요.

①	②
biết làm mọi việc	nấu ăn
đi làm mỗi ngày	ngày chủ nhật
xem DVD mỗi tối	khi bị bệnh
đi mua sắm mỗi sáng chủ nhật	lúc không có tiền

그녀는 요리를 제외하곤 모든 일을 할 줄 알아요.

그녀는 일요일을 제외하곤 매일 출근해요.

그녀는 아플 때를 제외하곤 매일 저녁에 DVD를 봐요.

그녀는 돈이 없을 때를 제외하곤 일요일 아침마다 쇼핑을 가요.

단어 **ước muốn** 꿈, 소원, 갈망하다 | **hàng ngày** 일상, 매일 | **hội họa** (미술) 회화 | **môn thể thao** 스포츠 종목 | **dân ca** 민요 | **cắm hoa** 꽃꽂이 | **sưu tập** 수집하다 | **tem** 우표 | **bướm** 나비

2 그림을 참고하여 자신의 취향에 대해 자유롭게 말해 보세요.

Tôi thích ______________________.

______________________.

Tôi không thích ______________________.

______________________.

Tôi thích ______________________.

______________________.

Tôi không thích ______________________.

______________________.

phim

Tôi thích ______________________.

______________________.

Tôi không thích ______________________.

______________________.

3 그림 속 인물 정보를 보고, 두 사람의 공통점과 차이점에 대해 말해 보세요.

Track 09_4

Họ và tên:
Trần Văn Lâm

Tuổi: 68 tuổi
Nghề nghiệp: công chức (đã nghỉ hưu)

[Thích]
- Màu: xanh, trắng, đen
- Món ăn: rau sống, cá kho
- Món uống: cà phê, rượu (một ít)
- Giải trí: đọc sách báo, đi dạo, đi thăm bạn
- Âm nhạc: dân ca Việt Nam

[Ghét]
- Nhạc rock
- Phim bạo lực
- Màu đỏ

Họ và tên:
Nguyễn Thi Thu

Tuổi: 19 tuổi
Nghề nghiệp: sinh viên

[Thích]
- Màu: hồng, vàng, đen
- Món ăn: rau, canh chua, phở
- Uống: sinh tố, nước chanh
- Nhạc: nhạc rock
- Giải trí: bơi, nghe nhạc, xem phim, khiêu vũ

[Ghét]
- Nói dối
- Mèo

단어 công chức 공무원 | nghỉ hưu 은퇴하다 | màu xanh 파란색 | màu trắng 흰색 | màu đen 검정색 | rau sống 생 채소 | cá kho 생선 조림 | đi dạo 산책 가다 | đi thăm 방문하다 | màu đỏ 빨간색 | màu hồng 분홍색 | vàng 노란색 | canh chua 토마토 수프 | sinh tố 과일 스무디 | nước chanh 레몬 주스 | bơi 수영 | khiêu vũ 춤추다 | nói dối 거짓말하다

연습 문제

1 **한 운전기사의 습관과 취미에 대한 이야기를 듣고, 다음 질문에 답해 보세요.** Track 09_5

1. Anh ấy làm việc ở đâu? 그는 어디에서 일하나요?

____

2. Anh ấy có thường phải đi xa không? 그는 보통 멀리 가야 하나요?

____

3. Buổi sáng anh ấy thường uống cà phê ở đâu? 오전에 그는 어디에서 커피를 마시나요?

____

4. Anh ấy có thích phim và ca nhạc không? 그는 영화와 음악을 좋아하나요?

____

5. Anh ấy có thường đi xem bóng đá không? 그는 축구를 자주 보러 가나요?

____

2 **대중에게 사랑받는 연극 배우 흥 지앙 씨가 한 중학생의 질문에 대해 답하고 있습니다. 대화를 듣고 질문에 답해 보세요.** Track 09_6

1. Cô Hương Giang có thường đi ăn kem không?
흥 지앙 씨는 아이스크림을 자주 먹으러 가나요?

____

2. Cô ấy có thường xem phim không? Tại sao?
그녀는 영화를 자주 보나요? 그 이유는 무엇인가요?

____

3. Cô ấy thích gì nhất? 그녀가 가장 좋아하는 것은 무엇인가요?

____

4. Khi nào thì Hương Giang cảm thấy buồn? 흥 지앙 씨는 언제 슬픔을 느끼나요?

____

3 녹음을 듣고, 빈칸에 들어갈 알맞은 단어를 〈보기〉에서 골라 써 보세요.

Track 09_7

보기	ăn / thích / bạn / rất / sở thích / không

Dũng và Độ là đôi 1) __________ thân, nhưng 2) __________ của họ rất khác nhau. Dũng thì thích rượu, bia, cà phê, thuốc nhưng 3) __________ thích trà và sinh tố. Còn Độ thì không 4) __________ bia cũng không thích rươu. Anh ấy 5) __________ ghét thuốc lá. Độ chỉ thích trà, cà phê, đặc biệt là sinh tố. Về món 6) __________, Dũng thích thịt hơn cá, còn Độ thì thích cá hơn thịt. Còn bạn thì sao?

단어 bạn thân 친한 친구 | trà 차

4 색으로 표시된 단어와 반대 의미를 가진 단어를 빈칸에 넣어 문장을 완성해 보세요.

1. Ông ấy thích bia nhưng lại ____________ nước ngọt.
2. Bình thường Sương nói rất nhiều. Hôm nay cô ấy nói rất ____________.
3. Anh đừng nói ____________. Anh hãy nói thật đi.
4. Tôi và cô ấy có nhiều điểm giống nhau nhưng cũng có điểm ____________ nhau.
5. Phim hài làm cho nó ____________, còn phim buồn làm cho nó khóc.

6. Ngày chủ nhật tuần nay thật thú vị, không ____________ như những tuần trước.

단어 nước ngọt 음료수 | điểm giống nhau 공통점

5 각 단어들을 두 그룹으로 알맞게 나누어 보세요.

đi ngủ sớm CÂU CÁ thức dậy trễ Khiêu Vũ đọc sách LÀM BÁNH NGÀY CHỦ NHẬT NGHE TIN TỨC LÚC 6 GIỜ SÁNG đọc sách trước khi ngủ vừa ăn vừa xem ti vi MUA SẮM chụp ảnh phong cảnh

Thói quen 습관	Sở thích 취미

단어 câu cá 낚시하다 | làm bánh 베이킹

6 박스 안의 단어 중 알맞은 단어에 동그라미 표시해 보세요.

1. Ngoài / Trừ chiếc đàn piano của mẹ, nó còn thích chiếc đàn guitar cũ của bố.
2. Các tấm ảnh chụp ở Vũng Tàu, tấm nào cũng đẹp, ngoài / trừ tấm này.
3. Bác sĩ khám bệnh tất cả các buổi, ngoài / trừ tối thứ bảy.
4. Nghe nói ngoài / trừ việc sáng tác nhạc, ông ấy còn vẽ tranh.
5. Bộ sưu tập của anh ấy có tất cả tem của các nước, ngoài / trừ tem Hàn Quốc.
6. Ngoài / Trừ thứ hai và thứ năm, ngày nào Thảo cũng đến xưởng phim.

Tip! 1. 종별사 'chiếc'은 차량, 악기, 옷 등의 명사 앞에 쓰입니다.
2. 'đàn'은 '연주하다'라는 의미로, 줄을 튕기거나 건반을 눌러 소리를 내는 악기와 함께 사용합니다.

단어 đàn 치다, 연주하다 | tấm (종이, 사진 등을 세는 단위) 장 | tác nhạc 작곡하다 | vẽ tranh 그림을 그리다 | bộ sưu tập 수집품

7 'ngoài……' 또는 'ngoài ra……'를 사용한 문장으로 바꿔서 써 보세요.

1. Các cô ấy nói chuyện với nhau về thời trang và nói về bộ phim Hàn Quốc đang chiếu trên ti vi.

➡ ______________________________

2. Sở thích của Thúy là đi mua sắm. Cô ấy không có sở thích nào khác.

➡ ______________________________

3. Cô ấy thích nhạc Pop. Cô ấy cũng thích nhạc Jazz.

➡ ______________________________

4. Khi rảnh Mary thường dạy tiếng Anh cho chủ nhà và dạy đàn piano cho con gái chủ nhà.

➡ ______________________________

5. Ông Bằng chỉ đến ăn ở tiệm này thôi. Ông ấy chưa bao giờ ăn ở tiệm nào khác.

➡ ______________________________

6. Các anh ấy đã đi du lịch nhiều nơi: Nha Trang, Đà Lạt, Vũng Tàu. Các anh ấy cũng đã ở Huế một tuần.

➡ ______________________________

7. Chủ nhật nào vợ chồng Xuân cũng đưa con đi chơi công viên và đưa con đi xem kịch dành cho thiếu nhi.

➡ ______________________________

단어 **bộ phim Hàn Quốc** 한국 영화 | **chiếu** 상영하다 | **dạy** 가르치다 | **vợ chồng** 부부 | **đưa con** 아이들 | **kịch** 연극 | **thiếu nhi** 어린이

8 단어를 알맞게 배열하여 문장을 완성해 보세요.

1. người nào / cô ca sĩ ấy / cũng muốn / được làm quen / với

➡ ______________________________.

2. nếu rảnh / chẳng hạn / em / giúp chị / có thể / lau nhà

➡ ______________________________.

3. chúng tôi / trừ thứ bảy và chủ nhật / mỗi ngày / đi học

➡ ______________________________.

4. ngoài / ra / anh ấy / không ai / làm / việc / nổi / này

➡ ______________________________.

5. tôi / hãy đến đằng kia / anh / nói chuyện / một lát / với / nhé

➡ ______________________________.

단어 **làm quen** 친해지다 | **lau** 걸레질하다, 청소하다 | **một lát** 잠시

Track 09_8

CÔ MAI THẢO

Đây là cô Mai Thảo. Năm nay cô ấy 22 tuổi. Mai Thảo còn độc thân. Cô là thư ký riêng của giám đốc một công ty xuất nhập khẩu. Cô thường hay thức dậy trễ. Ít khi cô thức dậy trước 6 giờ sáng. Buổi sáng cô không ăn sang, chỉ uống một ly sữa nóng. Mai Thảo luôn luôn đi làm trễ. Tám giờ mười phút cô mới đến công ty. Khi đến công ty, cô luôn luôn hỏi người bảo vệ: "Ông giám đốc đến chưa?" Buổi trưa cô thường ăn trưa ở căn tin của cong ty. Cô thường ăn cơm với rau. Ít khi cô dám ăn thịt vì cô sợ mập. Bây giờ cô cân nặng 48 kí. Cô giữ sắc đẹp của mình rất kỹ.

마이 타오 씨

이분은 마이 타오 씨입니다. 그녀는 올해 22살입니다. 마이 타오 씨는 아직 미혼입니다. 그녀는 한 수출입 회사 사장의 개인 비서입니다. 그녀는 자주 늦잠을 자요. 그녀가 아침 6시 이전에 일어나는 일은 거의 없어요. 아침에 그녀는 아침을 먹지 않고, 따뜻한 우유 한 잔만 마십니다. 마이 타오 씨는 항상 늦게 출근해요. 8시 10분이 되어서야 그녀는 회사에 도착합니다. 회사에 도착하면, 그녀는 항상 경비원에게 "사장님 도착하셨나요?"라고 묻습니다. 점심에 그녀는 보통 회사의 구내식당에서 점심을 먹어요. 그녀는 보통 채소와 함께 밥을 먹습니다. 그녀는 살찌는 것을 두려워해서 감히 고기를 먹지 못해요. 지금 그녀의 몸무게는 48킬로그램입니다. 그녀는 자신의 외모를 가꾸는 데에 아주 철저합니다.

단어 **độc thân** 미혼, 독신 | **thư ký riêng** 개인 비서 | **dám** 감히 ~하다 | **sợ** 두렵다 | **mập** 살찌다 | **cân nặng** 몸무게, 체중 | **giữ** 유지하다 | **sắc đẹp** 미모 | **kỹ** 철저하다

Tôi không còn làm ở đó nữa.

저는 거기서 더는 일하지 않아요.

- 업무 관련 표현
- 의문사 sao
- 부사 lại
- mặc dù……nhưng…… 구문

*회화문에서 배울 새 단어를 미리 학습해 보세요.

Track 10_1

chuyên môn 전공	**phù hợp** 적합하다, 어울리다
thấp 낮다	**ưa** 좋아하다, 애정하다
căng (thẳng) 긴장되다, 경직되다	**căng lắm** 쉽지 않다(매우 어렵거나 곤란한 상황에서 씀), 빡빡하다
mất việc 실직하다	**lương bổng** 급여, 임금
cạn ly 건배하다	**kỷ luật** 규정, 규율

회화

호프집에서 만난 남과 빈

Track 10_2

Bình	Chào anh Nam. Lâu quá không gặp. Khỏe không?
Nam	Khỏe. Còn anh?
Bình	Bình thường. Còn gia đình anh thế nào?
Nam	Cũng bình thường. Anh vẫn còn làm ở Công ty xây dựng An Cư chứ?
Bình	Không. Tôi không còn làm ở đó nữa.
Nam	Anh chuyển sang công ty khác rồi sao?
Bình	Vâng. Làm ở công ty cũ mặc dù phù hợp với chuyên môn nhưng lương hơi thấp. Hơn nữa ông giám đốc lại không ưa tôi.
Nam	Còn ở công ty mới thì công viec thế nào?
Bình	Căng lắm. Không thể đi trễ về sớm như ở công ty cũ được, nếu như không muốn bị mất việc.
Nam	Còn lương bổng thì sao? Có khá không?
Bình	Cũng khá. Làm việc ở công ty mới lương cao hơn ở công ty cũ mặc dù khá căng thẳng.
Nam	Vậy xin chúc mừng anh. Nào, chúng ta cạn ly đi!

빈 안녕하세요, 남 씨. 오랜만이네요. 잘 지내시나요?

남 잘 지내요. 당신은요?

빈 그럭저럭요. 가족들은 어떻게 지내세요?

남 역시나 그럭저럭요. 빈 씨는 여전히 안끄 건설 회사에서 일하고 있나요?

빈 아니요, 저는 거기서 더는 일하지 않아요.

남 다른 회사로 이직했나요?

빈 네, 예전 회사 일은 제 전공하고 잘 맞았지만 급여가 좀 낮았어요.
게다가 사장님이 왜인지 저를 좋아하지 않았어요.

남 그럼 새 회사는 일이 어때요?

빈 아주 바빠요. 예전 회사처럼 늦게 출근하거나 일찍 퇴근하는 게 안 돼요, 실직하기 싫다면 말이죠.

남 그럼 급여는 어때요? 꽤 괜찮나요?

빈 역시나 꽤 괜찮아요. 비록 새 회사는 예전 회사보다 힘들더라도 급여가 더 높아요.

남 그렇다면 축하드려요. 자, 우리 건배합시다!

대화 내용을 바탕으로, 다음 질문에 답해 보세요.

1. Công việc ở Công ty An Cư có phù hợp với chuyên môn của Bình không?
안끄 회사의 업무는 빈 씨의 전공과 잘 맞나요?

____

2. Lý do chính để Bình không làm việc ở Công ty An Cư nữa là gì?
빈 씨가 안끄 회사에서 더는 일하지 않는 주된 이유는 무엇인가요?

____

3. Ngoài lý do đó ra, còn có lý do nào khác nữa không? 그 이유 외에도, 다른 이유가 더 있을까요?

____

4. Kỷ luật lao động ở công ty mới như thế nào? 새 회사의 업무 규정은 어떠한가요?

____

5. Bình hài lòng về điều gì ở công ty mới? 빈 씨는 새 회사의 어떤 점에 만족하고 있나요?

____

1 의문사 sao

의문사 'sao'는 '어째서', '왜' 등 문장에 쓰인 위치에 따라 여러 가지 의미를 가집니다. 'sao'가 문미에 올 경우 첫 번째 예문과 같이 놀라움을 표현하며, 두 번째 예문처럼 확인을 위해 재차 질문할 때 사용하기도 합니다. 또한, 세 번째 예문과 같이 'thì sao'라고 묻는 경우, '어떠한', '어떻게'라는 뜻으로 대상이나 사건의 특징에 대해 물을 때 사용하기도 합니다.

- Anh không thích làm ở đó sao? 형은 그곳에서 일하는 걸 좋아하지 않나요?
- Em nghĩ thế sao? 정말 그렇게 생각하나요?
- Còn tiền lương thì sao? 그럼 급여는 어때요?

단어 tiền lương 급여

2 부사 lại

동사 앞에 'lại'가 위치하는 경우에는 어떤 일이 예상했던 것과 반대로 일어나서 화자가 의아해 하는 상황을 나타냅니다. 이때는 주로 의문사 'sao'와 함께 쓰입니다.

- Có chỗ làm tốt nhưng anh ta lại muốn đi làm ở chỗ khác.
  좋은 직장을 가졌지만 그는 다른 곳에서 일하고 싶어 해요.
- Sao em lại nghĩ như thế? 왜 그렇게 생각하세요?

단어 chỗ làm 직장

3 mặc dù……nhưng…… 구문

'mặc dù……nhưng……' 구문은 '비록 ~하지만 ~하다'라는 의미로, 어떠한 원인으로부터 일반적으로 유추할 수 있는 결과가 아닌 경우를 나타낼 때 사용합니다. 'mặc dù'가 이끄는 절은 원인을 나타내며, 'nhưng'이 이끄는 절은 앞에 언급된 원인에도 불구하고 발생된 반대 결과를 나타냅니다. 두 번째 예문과 같이 결과를 더 강조하기 위해 결과를 나타내는 절 뒤에 'mặc dù'를 쓰기도 합니다. 이 경우, 'nhưng'은 생략합니다.

- Mặc dù làm việc ở đó lương cao nhưng cô ấy không thích.

  비록 그 직장은 급여는 높지만 그녀가 좋아하지 않아요.

- Anh ấy vẫn chưa tìm được việc làm, mặc dù có bằng Cử nhân Kinh tế và bằng C tiếng Anh.

  경제학과 학사 학위와 영어 자격증 C급이 있음에도 불구하고, 그는 여전히 일을 구하지 못하고 있어요.

1 제시된 단어들을 문장에서 표시된 부분에 적용하여 말하기 연습을 해 보세요. Track 10_3

1. Anh ① chuyển sang công ty khác rồi sao? 왜 다른 회사로 이직했나요?

①	
xin nghỉ việc	왜 퇴사했나요?
bị mất việc	왜 실직했나요?
được tăng lương	왜 월급이 인상됐나요?
được công ty ấy nhận vào làm việc	왜 그 회사에 취직했나요?

2. Làm ở công ty cũ mặc dù ① phù hợp với chuyên môn **nhưng** ② lương hơi thấp.

예전 직장은 비록 제 전공하고 잘 맞았지만 급여가 좀 낮았어요.

①	②
công việc căng thẳng	lương khá cao
xa nhà	công việc rất nhàn
lương thấp	được nghỉ nhiều
đã lâu năm	chưa được tăng lương

예전 직장은 비록 업무가 힘들지만 월급은 꽤 높아요.

예전 직장은 비록 집에서 멀지만 일이 매우 수월해요.

예전 직장은 비록 월급이 적지만 많이 쉴 수 있어요.

예전 직장은 비록 오랜 기간 일했지만 월급이 오르지 않았어요.

3. Hơn nữa ① ông giám đốc lại ② không ưa tôi.

게다가 사장님이 저를 좋아하지 않았어요.

①	②
bà giám đốc mới	khó tính
ông trưởng phòng	thiếu kinh nghiệm
tiền lương hàng tháng	không đủ sống
tiền thưởng cuối năm	không có

게다가 새로운 사장님이 까다로워요.

게다가 과장님이 경험이 부족해요.

게다가 매달 급여가 생활비로 부족해요.

게다가 연말 상여금이 없어요.

4. Còn ① lương bổng thì sao? 그럼 급여는 어때요?

①	
công việc	그럼 업무는 어때요?
tiền thưởng	그럼 상여금은 어때요?
hợp đồng	그럼 계약은 어때요?
thời gian làm việc	그럼 근무 시간은 어때요?

단어 **nghỉ việc** 퇴사하다 | **nhàn** 수월하다, 쉽다 | **tăng** 오르다 | **khó tính** 까다롭다 | **trưởng phòng** 과장 | **hàng tháng** 매달, 매월 | **thưởng** 상 | **tiền thưởng** 상여금, 보너스

2 만약 자신이 경리가 필요한 한 무역회사의 사장이라면, 다음 지원자 중 어떤 사람을 채용하겠습니까? 그리고 그 이유는 무엇입니까?

Track 10_4

1. Trần Ngọc Anh, 23 tuổi

- Tốt nghiệp đại học chuyên ngành kế toán. 회계 전공으로 대학 졸업.
- Có chứng chỉ A Anh văn. Cần việc làm phù hợp chuyên môn.
  영어 자격증 A급 소지. 전공 관련 분야 구직 중.
- Mức lương đề nghị: 5.000.000 đồng / tháng
  희망 급여: 5백만 동/월

2. Hoàng Thị Thanh Bình, 36 tuổi

- Tốt nghiệp đại học chuyên ngành Quản trị Kinh doanh.
  경영학 전공으로 대학 졸업.
- Có chứng chỉ C Anh văn, chứng chỉ A Tin học, chứng chỉ Kế toán doanh nghiệp.
  영어 자격증 C급, 컴퓨터 자격증 A급, 기업 회계 자격증 소지.
- Có 12 năm kinh nghiệm làm giáo viên mẫu giáo, 4 năm dạy Anh văn cho thiếu nhi. Cần việc làm phù hợp chuyên môn.
  유치원 교사 경력 12년, 어린이 영어 교육 4년. 전공 관련 분야 구직 중.
- Mức lương đe nghị: 5.500.000đ / tháng 희망 급여: 5,500,000동/월

3. Nguyễn Văn Sáng, 30 tuổi

- Cử nhân ngành QTKD (Quản trị kinh doanh)
  경영관리학 학사 학위 소지.
- Cần việc làm phù hợp chuyên môn. Mức lương thỏa thuận theo công việc.
  전공 관련 분야 구직 중. 업무에 따라 협의 후 희망 급여 결정.

단어 **chuyên ngành** 전공 | **kế toán** 회계 | **chứng chỉ** 자격증 | **đề nghị** 제안하다 | **Quản trị Kinh doanh** 경영학 | **chứng chỉ tin học** 컴퓨터 활용능력 자격증 | **mẫu giáo** 유치원 | **thỏa thuận** 협의하다, 합의하다

3 자신의 직장을 선택할 때, 어떤 점을 가장 중요하게 생각하나요? (급여, 전공 관련 분야, 동료와의 관계, 회사에서 집까지의 거리 등)

연습 문제

1 길에서 만난 투이 씨와 훙 씨의 대화를 듣고, 다음 질문에 답해 보세요. Track 10_5

1. Tại sao hôm nay Thủy không đi làm? 왜 오늘 투이 씨는 출근하지 않았나요?

2. Hùng đang làm gì? 훙 씨는 무엇을 하고 있나요?

3. Đã có nơi nào nhận Hùng vào làm việc chưa? 훙 씨는 일자리를 찾았나요?

4. Hùng đã làm việc ở Công ty Xây dựng An Cư được mấy năm?
   훙 씨는 안끄 건설 회사에서 몇 년간 일했나요?

5. Tại sao Hùng xin nghỉ việc ở đó?
   왜 훙 씨는 그곳에 퇴사 통보를 했나요?

2 짧은 지문을 듣고, 다음 질문에 답해 보세요. Track 10_6

1. ① Cô ấy biết tiếng Đức không? 그녀는 독일어를 알고 있나요?

____

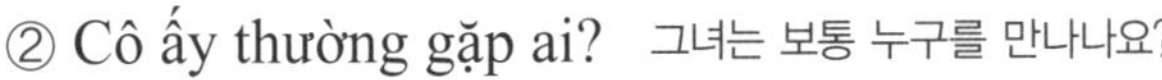

② Cô ấy thường gặp ai? 그녀는 보통 누구를 만나나요?

____

③ Cô ấy làm nghề gì? 그녀는 무슨 일을 하나요?

____

2. ① Cô ấy thường đi ngủ sớm hay muộn? 그녀는 보통 일찍 자러 가나요, 늦게 자러 가나요?

____

② Cô thường về nhà lúc mấy giờ? 그녀는 보통 몇 시에 귀가하나요?

____

③ Cô ấy làm nghề gì? 그녀는 무슨 일을 하나요?

____

3. ① Anh ấy có thường làm việc vào ban đêm không? 그는 보통 밤에 일을 하나요?

____

② Anh ấy thường đi ngủ lúc mấy giờ?
그는 보통 몇 시에 잠자리에 드나요?

____

③ Anh ấy làm nghề gì? 그는 무슨 일을 하나요?

____

단어 **ban đêm** 밤, 야간 | **phóng viên(= nhà báo)** 기자

3 녹음을 듣고, 박스 안의 단어 중 알맞은 단어에 동그라미 표시해 보세요.

Track 10_7

Anh Thanh là một [tài xế / người] xe tải. Năm nay anh ấy 34 tuổi, đã có vợ và một con trai. Nhà anh ấy [sống ở / ở] Quận 10, Thành phố Hồ Chí Minh. Anh ấy làm tài xế [được / có] 10 năm rồi. Anh ấy không [biết được / biết] ngoại ngữ. Anh ấy thường phải đi nhiều nơi. Anh ấy luôn luôn thức dậy sớm. Anh ấy [ít khi / đôi khi] ăn sáng và ăn trưa ở nhà mà thường ăn ở những tiệm cơm dọc đường. Có khi anh ấy vừa lái xe [và / vừa] ăn bánh mì. Một tuần anh ấy làm việc bảy ngày. Anh Thanh thích nghề nghiệp [cho / của] mình, nhưng đôi khi anh ấy nghĩ rằng công việc này quá mệt.

단어 **xe tải** 화물차 | **tiệm cơm** 식당 | **dọc** ~와(과) 나란히, ~을(를) 따라 | **nghề nghiệp** 직업 | **đôi khi** 때때로

4 〈보기〉의 단어들을 제시된 단어와 동일한 품사에 따라 정렬해 보세요.

보기 | chuyển / phù hợp / chuyên môn / ưa / cong việc / căng / mất việc / lương bổng / căng thẳng / tăng lương / nhàn / kinh nghiệm / trưởng phòng

1. giám đốc, ___________, ___________, ___________, ___________

2. khó tính, ___________, ___________, ___________, ___________

3. làm, ___________, ___________, ___________, ___________

단어 **chuyển** 옮기다, 바꾸다

5 의문사 'sao'를 사용하여 놀라움을 나타내거나 되묻는 의미의 문장으로 바꿔 보세요.

1. Tường không còn làm ở Công ty Xây dựng An Cư nữa.

➡ ____?

2. Sau khi lập gia đình Bích đã xin nghỉ việc.

➡ ____?

3. Ông giám đốc đã cho anh ấy nghỉ việc.

➡ ____?

4. Làm việc ở công ty đó lương không cao.

➡ ____?

5. Cô Thu đã được ký hợp đồng thêm 6 tháng.

➡ ____?

6. Trong công ty tôi, hàng ngày bà giám đốc là người ra về sớm nhất.

➡ ____?

7. Tôi chưa nhận được tiền thưởng cuối năm.

➡ ____?

단어 **lập gia đình** 결혼하다 | **ký** 서명하다

6 의문사 '……thì sao?'를 사용하여 주어진 정보 이외에 또 다른 것에 대해 추가 질문하는 대화를 완성해 보세요.

1. **A** Ông trưởng phòng của chúng tôi rất dễ tính.
   우리 과장님은 성격이 매우 온화해요.

   B ____?

2. **A** Tôi được nhận vào làm việc ở Công ty Du lịch Địa Cầu Xanh rồi.
   저는 푸른지구여행사에 입사하게 되었어요.

   B ____?

3. **A** Việc này không hợp với chuyên môn của tôi.
이 일은 제 전공과 맞지 않아요.

B ____?

4. **A** Lần này chỉ những người làm việc lâu năm mới được tăng lương.
이번엔 오랫동안 근무한 사람들만 급여가 오르게 되었어요.

B ____?

5. **A** Dạo này chị làm việc vất vả quá.
요즘 저는 일이 너무 바빠요.

B ____?

6. **A** Với ông ấy, công việc ở cơ quan là quan trọng hơn cả.
그에게 있어서, 회사의 업무는 무엇보다 중요해요.

B ____?

7. **A** Cô kế toán mới hình như chưa có kinh nghiệm.
새로운 경리는 아마 경력이 아직 없는 듯해요.

B ____?

단어 **dễ tính** 온화하다, 성격이 느긋하다, 원만하다 | **được nhận vào** ~에 입사하다, 입학하다 | **địa cầu** 지구 | **hơn cả** 무엇보다도

7 예시와 같이 부사 'lại'를 사용하여 다음 문장을 다시 써 보세요.

예시 | Sao em nghĩ thế? ➡ Sao em <u>lại</u> nghĩ thế?
왜 너는 그렇게 생각해? (의아해 하며) 왜 너는 그렇게 생각해?

1. Sau giờ làm việc Mai không về nhà mà ghé vào tiệm chụp hình.

➡ ____

2. Tại sao anh không đi chơi mà ở nhà?

➡ ______________________________

3. Nó không gọi điện trước mà đến thẳng đây.

➡ ______________________________

4. Vào nhà đi! Sao đứng nói chuyện ở ngoài đường vậy?

➡ ______________________________

5. Mình đang nghe nhạc, sao cậu tắt?

➡ ______________________________

6. Bà trưởng phòng đã mời nhưng chị không muốn đến nhà bà ấy dự tiệc.

➡ ______________________________

단어 **ghé** 잠시 들르다 | **tiệm chụp hình** 사진관 | **tắt** 끄다 | **dự tiệc** 파티, 파티에 참석하다

8 아래의 정보를 참고하여 'mặc dù……nhưng……' 구문을 이용한 문장을 완성해 보세요.

1. đang làm việc / nói chuyện điện thoại với bạn

➡ ______________________________

2. yêu công việc của mình / lương thấp

➡ ______________________________

3. đi làm trễ / về sớm

➡ ______________________________

4. không chuyển đi nơi khác / không ưa bà trưởng phòng

➡ ______________________________

5. đã tốt nghiệp đại học / không muốn tìm việc làm

➡ ____

6. không muốn sống xa nhà / muốn làm việc hợp với chuyên môn

➡ ____

7. không có thời gian để làm việc nhà / không bận rộn nhiều với công việc ở cơ quan

➡ ____

9 한국어 해석을 보고, 빈칸에 이어질 말을 채워 문장을 완성해 보세요.

1. Anh bị mất việc sao ____________________? 형은 직장을 잃고 왜 새로운 일을 찾지 않나요?

2. Chị ấy không còn làm ở đó nhưng lại ____________________.
그녀는 더는 그곳에서 일하지 않지만 새로운 직장에서 행복해요.

3. Chuyên môn của tôi là kế toán sao anh lại ____________________?
제 전공은 회계인데 왜 인사 문제에 대해 묻는 건가요?

4. Mặc dù công việc nặng nhọc ____________________.
비록 일이 힘들더라도 그녀는 여전히 열심히 일해요.

5. Sao bà ấy lại ____________________? 왜 그녀는 그렇게 말하는 건가요?

6. Lương bổng ở nhà máy đó cũng khá nhưng ông ấy lại ____________________.
그 공장에서 받는 월급은 꽤 괜찮은데, 그분은 다른 곳으로 이직하려고 해요.

10 자신이 좋아하는 일(업무)에 대해 자유롭게 써 보세요.

____

____

____

Track 10_8

MỘT GIẤC MƠ

Thanh Mai là nhân viên bán hàng của một công ty thương mại. Chiều nay cô sẽ có một triệu đô la.

Điều đầu tiên cô làm là cô sẽ nghỉ bán hàng. Cô sẽ không phải thức dậy sớm và về nhà trễ, không phải nghe giám đốc càu nhàu. Cô sẽ đi du lịch vòng quanh thế giới. Cô sẽ đi châu Âu trước, sau đó cô đi châu Mỹ. Có lẽ cô sẽ ở châu Âu hai tuần hay lâu hơn. Khi trở về nước, cô sẽ mua một ngôi nhà mới, vì căn nhà cũ của cô nhỏ quá. Cô không biết có nên mua xe hơi hay không. Có lẽ cô sẽ mua nhiều thứ, nhưng bây giờ cô chưa biết cô nên mua gì. Nếu còn tiền thì cô sẽ mở một nhà hàng và sẽ gửi vào ngân hàng một số tiền.

Nhưng tất cả không phải là sự thật. Đó chỉ là một giấc mơ. Bây giờ cô vẫn phải bán hàng, vẫn phải đi làm sớm và về nhà trễ, vẫn phải nghe giám đốc càu nhàu.

단어 giấc mơ 꿈 | bán hàng 판매하다 | thương mại 무역 | càu nhàu 불평하다, 투덜대다 | vòng quanh ~ 주변을 돌다 | châu Âu 유럽 | ở 머물다, 살다 | trở về nước 귀국하다

꿈

탄 마이 씨는 한 무역 회사의 영업사원입니다. 오늘 오후 그녀는 백만 달러가 생길 것입니다.

첫 번째로 그녀가 할 일은 영업을 그만두는 것입니다. 그녀는 일찍 일어나 늦게 퇴근하지 않아도 되고, 사장님의 불평을 듣지 않아도 됩니다. 그녀는 세계일주를 떠날 것입니다. 그녀는 먼저 유럽으로 갈 것이며, 그 다음 미국으로 갈 것입니다. 그녀는 아마 유럽에서 2주 또는 그 이상 머무를 예정입니다. 귀국하면, 그녀는 예전 그녀의 집이 너무 작기 때문에 새로운 집을 한 채 살 것입니다. 자동차는 사야 할지 말아야 할지 모르겠습니다. 아마 그녀는 여러 가지 물건을 살 것이지만, 지금 무엇을 사야 할지는 아직 모르겠습니다. 만약 돈이 남아 있다면 그녀는 레스토랑을 하나 열고 일부의 돈을 은행에 저축할 것입니다.

하지만 모든 것은 사실이 아닙니다. 그것은 그저 꿈에 불과합니다. 현재 그녀는 여전히 영업을 해야 하며, 여전히 일찍 일어나고 늦게 퇴근해야 하며 상사의 불평을 들어야 합니다.

지문을 읽고, 다음 질문에 답해 보세요.

1. Thanh Mai làm nghề gì? Ở đâu? 탄 마이 씨는 무슨 일을 합니까? 어디에서요?

2. Cô có hài lòng với công việc của mình không? Tại sao?
그녀는 자신의 업무에 만족합니까? 그 이유는 무엇입니까?

3. Nếu có một triệu đô la, điều đầu tiên cô làm là gì?
만약 백만 달러가 생긴다면 그녀가 가장 처음으로 할 일은 무엇입니까?

4. Sau đó cô sẽ làm gì? 그 다음 그녀는 무엇을 할 것입니까?

5. Cô có định mua xe hơi hay không? 그녀는 자동차를 살 예정입니까?

6. Công việc kinh doanh mà cô định làm là gì? 그녀가 계획한 사업은 무엇입니까?

Ông ấy là người như thế nào?

그는 어떤 사람인가요?

- □ 사람의 외모나 성격을 묘사하는 표현
- □ không + 의문사
- □ vừa……vừa…… 구문

*회화문에서 배울 새 단어를 미리 학습해 보세요.

Track 11_1

người quen 지인	**quên** 잊다
mập 통통하다	**tóc** 머리카락
huýt sáo 휘파람을 불다	**đợi** 기다리다
dễ chịu 친절하다, 편안하다	**lời khen** 칭찬
tính tình 성격	**thái độ** 태도

호텔 로비에서

Track 11_2

Tiếp tân	Chào anh. Xin lỗi, anh cần gì ạ?
Nam	Tôi muốn tìm một người quen đang ở khách sạn này.
Tiếp tân	Thế, tên người ấy là gì ạ?
Nam	Ồ, xin lỗi. Tôi không nhớ tên ông ấy.
Tiếp tân	Anh có biết ông ấy ở phòng số mấy không?
Nam	Xin lỗi. Tôi cũng quên số phòng của ông ấy rồi.
Tiếp tân	Vừa không nhớ tên vừa không nhớ số phòng……. Vậy ông ấy người như thế nào?
Nam	Ông ấy khoảng 40 tuổi, cao, hơi mập, mắt xanh…….
Tiếp tân	Tóc vàng, phải không?
Nam	Dạ, phải. Ông ấy rất vui tính. Ông ấy thường vừa đi vừa huýt sáo. Có lẽ không ai vui tính bằng ông ấy.
Tiếp tân	Có phải tên ông ấy là Andy Peter không?
Nam	Dạ, phải. Phải rồi.
Tiếp tân	Ông ấy ở phòng 108. Anh đợi một chút nhé.
Nam	Dạ, cảm ơn cô nhiều. Chà, có lẽ không đâu sang trọng bằng khách sạn này. Và có lẽ không người nào dễ chịu bằng cô.

Tiếp tân	Xin cảm ơn lời khen của anh. Đối với chúng tôi, không gì vui bằng những lời khen của khách.

프런트 직원	안녕하세요. 실례지만, 무엇을 도와드릴까요?
남	저는 이 호텔에 묵고 있는 지인을 찾고 싶어요.
프런트 직원	그럼, 그분의 이름이 어떻게 되시나요?
남	오, 죄송합니다. 그분의 이름이 기억나지 않아요.
프런트 직원	그분이 몇 호실에 묵고 계신지 알고 있나요?
남	죄송해요. 저는 방 호수 역시 잊어버렸어요.
프런트 직원	이름도 기억이 나지 않고 방 호수도 잊으셨다니요……. 그럼 그분은 어떤 분인가요?
남	그분은 대략 40세 정도 되었고요, 키가 크고 조금 통통하며 파란 눈을 가지고 있어요…….
프런트 직원	금발 머리인가요?
남	네, 맞아요. 그분은 매우 유쾌하세요. 그는 보통 걸으면서 휘파람을 불곤 하세요. 아마 그분보다 유쾌한 분은 없을 거예요.
프런트 직원	그분 성함이 앤디 피터 씨 맞나요?
남	네, 그래요. 맞아요.
프런트 직원	그분은 108호에 계세요. 잠시만 기다려 주세요.
남	네, 감사합니다. 참, 아마 이 호텔보다 더 고급스러운 곳은 없을 거예요. 그리고 어떤 사람도 그쪽처럼 친절한 분도 없을 겁니다.
프런트 직원	칭찬해 주셔서 감사합니다. 저희에게 있어서 고객의 칭찬보다 기쁜 건 무엇도 없답니다.

대화 내용을 바탕으로, 다음 질문에 답해 보세요.

1. Nam có nhớ tên và số phòng của người mà anh muốn gặp không?
남 씨는 만나고자 하는 사람의 이름과 방 호수를 기억하고 있나요?

2. Ông ấy người như thế nào? 그는 어떤 사람인가요?

3. Tính tình của ông ấy như thế nào, theo Nam? 남 씨의 말에 따르면, 그는 어떤 성격인가요?

4. Theo Nam, thái độ của cô tiếp tân như thế nào? 남 씨의 말에 따르면, 프런트 여직원의 태도는 어떤가요?

5. Vì sao lời khen của Nam làm cô tiếp tân vui? 남 씨의 칭찬을 듣고 프런트 직원이 기뻐한 이유는 무엇인가요?

1 không + 의문사

부정형 'không'과 의문사인 'ai', 'gì', 'đâu', 'nào', 'bao giờ' 등이 결합한 경우, 해당 의문사와 함께 제시된 대상에 대한 완전한 부정을 나타냅니다. 따라서 'không ai'는 '누구도(아무도) ~않다(없다)', 'không gì'는 '무엇도(아무것도) ~않다(없다)', 'không……nào'는 '어떤(어느) ~도 않다(없다)', 'không đâu'는 '어디에도 ~않다(없다)', 'không bao giờ'는 '한 번도(절대로, 결코) ~않다(없다)'라는 의미를 가집니다. 주의할 점은 'không……nào'의 경우, 의문사 앞에 명사가 쓰여야 한다는 점입니다.

- Không ai đến thăm tôi cả. 아무도 저를 보러 오지 않아요.
- Không gì vui bằng có anh ở bên cạnh. 당신이 옆에 있는 것보다 기쁜 건 아무것도 없어요.
- Không đâu đẹp bằng quê hương của mình. 어디도 제 고향만큼 아름답지 않아요.
- Không người nào hiểu tôi! 어떤 사람도 저를 이해하지 못해요!
- Không ngày nào cô ấy vắng mặt. 어떤 날도 그녀는 결석한 적이 없어요.

단어 quê hương 고향 | bên cạnh ~ 옆에 | vắng mặt 결석하다

2 vừa……vừa…… 구문

'vừa……vừa……' 구문은 '~하면서 ~하다'라는 의미를 가지며, 두 가지 상황이 동시에 발생하거나 두 가지의 특성이 함께 존재하는 경우를 나타낼 때 사용합니다. 동시에 발생하는 상황에서도 그중 주된 행동을 먼저 이야기한 후, 뒤에 따라오는 행동을 언급해야 합니다.

- Ông giám đốc đó vừa khó tính vừa không có khả năng.
  그 사장님은 까다로우면서 능력도 없어요.
- Nhà hàng này vừa ngon vừa rẻ. 이 레스토랑은 맛도 좋고 저렴해요.
- Nó vừa đi về nhà vừa khóc. 걔는 집으로 가면서 울어요.
- Nó thích vừa học vừa xem ti vi. 걔는 공부하면서 텔레비전 보는 걸 좋아해요.

말하기 연습

1 제시된 단어들을 문장에서 표시된 부분에 적용하여 말하기 연습을 해 보세요.

Track 11_3

1. ①Ông ấy người như thế nào? 그는 어떤 사람인가요?

①
bà ấy — 그녀는 어떤 사람인가요?
cậu bé ấy — 그 남자 아이는 어떤 사람인가요?
người phụ nữ trong ảnh này — 이 사진 속 여자는 어떤 사람인가요?
người đàn ông mà cô đã gặp hôm qua — 어제 당신이 만난 남자는 어떤 사람인가요?

2. Ông ấy khoảng ①40 tuổi, ②cao và ③hơi mập.
그분은 대략 40세 정도 되었고요, 키가 크고 조금 통통해요.

①	②	③
50 tuổi	cao	hơi gầy
70 tuổi	thấp	rất béo
40 tuổi	hơi lùn	rất ốm
trên 50 tuổi	hơi thấp	rất béo

그분은 대략 50세 정도 되었고요, 키가 크고 조금 야위었어요.
그분은 대략 70세 정도 되었고요, 키가 작고 매우 뚱뚱해요.
그분은 대략 40세 정도 되었고요, 조금 땅딸막하고 매우 말랐어요.
그분은 대략 50세 이상 정도 되었고요, 키가 조금 작고 매우 뚱뚱해요.

3. Có lẽ không ai ①vui tính bằng ②ông ấy. 아마 그분보다 유쾌한 분은 없을 거예요.

①	②
tốt bụng	anh ấy
thông minh	cô sinh viên ấy
vừa đẹp người vừa đẹp nết	cô gái ấy
khó chịu	ông già ở bên cạnh nhà tôi

아마 그보다 마음씨 좋은 분은 없을 거예요.
아마 그 여학생보다 똑똑한 분은 없을 거예요.
아마 그 여자보다 외모도 예쁘고 성격도 좋은 분은 없을 거예요.
아마 우리 옆집 할아버지보다 까다로운 분은 없을 거예요.

4. Ông ay thường vừa ①đi vừa ②huýt sáo. 그는 보통 걸으면서 휘파람을 불곤 해요.

①	②
ăn sáng	đọc báo
làm việc	nghe nhạc
ăn tối	xem ti vi
lái xe	gọi điện thoại di động

그는 보통 아침 먹으면서 신문을 읽곤 해요.
그는 보통 일하면서 음악을 듣곤 해요.
그는 보통 저녁 먹으면서 텔레비전을 보곤 해요.
그는 보통 운전하면서 전화를 하곤 해요.

5. Không đâu ①sang trọng bằng ②khách sạn này. 어디도 이 호텔만큼 고급스럽지 않아요.

①	②
thoải mái	nhà của mình
vui	ở đây
đắt	khách sạn đó
rẻ và ngon	tiệm ăn ấy

어디도 나의 집만큼 편안하지 않아요.
어디도 여기만큼 즐겁지 않아요.
어디도 그 호텔만큼 비싸지 않아요.
어디도 그 식당만큼 저렴하고 맛있지 않아요.

6. Không người nào ①dễ chịu bằng ②cô. 어떤 사람도 그쪽처럼 친절한 분은 없을 겁니다.

①	②
cao	anh thanh niên ấy
khỏe	ngươi đàn ông ấy
có đôi mắt to và đẹp	cô tiếp tân ấy
cao to	người đàn ông mà tôi vừa mới gặp

어떤 사람도 그 청년처럼 키가 큰 분은 없을 겁니다.
어떤 사람도 그 남자처럼 건강한 분은 없을 겁니다.
어떤 사람도 그 프런트 직원처럼 크고 아름다운 눈을 가진 분은 없을 겁니다.
어떤 사람도 제가 방금 만난 남자처럼 키가 큰 분은 없을 겁니다.

7. Không gì ① vui bằng ② những lời khen của khách. 고객의 칭찬보다 기쁜 건 무엇도 없답니다.

①	②
buồn	lúc không có tiền
hạnh phúc	có sức khỏe tốt
khó chịu	đi du lịch với một người ích kỷ
dễ chịu	nói chuyện với một người vừa thông minh vừa vui tính

돈이 없을 때보다 슬픈 건 무엇도 없답니다.

건강한 것보다 행복한 건 무엇도 없답니다.

이기적인 사람과 함께 여행하는 것보다 까다로운 건 무엇도 없답니다.

똑똑하고 유쾌한 사람과의 대화보다 편안한 건 무엇도 없답니다.

단어 **cậu bé** 남자 아이 | **gầy** 야위다, 마르다 | **béo** 뚱뚱하다 | **lùn** 땅딸막하다 | **ốm** (남부) 마르다 / (북부) 아프다 | **đẹp nết** 마음씨가 좋다 | **khó chịu** 까다롭다, 깐깐하다 | **thanh niên** 청년 | **ngươi đàn ông** 남성 | **cao to** 키가 크다 | **ích kỷ** 이기적이다

2 제시된 그림 속에 등장하는 사람을 각각 묘사해 보세요.

1. Cô ấy là một cô gái ______________________.

2. Anh ấy là một thanh niên ______________________.

3. Ông ấy là một người đàn ông ______________________.

3 자신의 지인 중 한 명을 자유롭게 묘사해 보세요.

____

____

4 자신의 부모님 중 어떤 분을 더 닮았고, 어떤 점이 닮았나요?

____

____

1 가방을 소매치기당한 마이 씨는 파출소에 신고하러 갔습니다. 마이 씨와 경찰관의 대화를 듣고, 다음 질문에 답해 보세요. Track 11_4

1. Người giật túi xách của Mai là đàn ông hay đàn bà?
   마이 씨의 가방 소매치기범은 남자였나요, 여자였나요?

   ____

2. Có ai đuổi theo kịp người đó không?
   누군가가 그 사람을 쫓아갔나요?

   ____

3. Người đó rất gầy, phải không?
   그 사람은 많이 마른 편이었나요?

   ____

4. Người đó cao hay thấp? 그 사람은 키가 큰가요, 작은가요?

   ____

5. Tóc người đó dài hay ngắn? 그 사람의 머리카락은 길었나요, 짧았나요?

   ____

단어 người giật 소매치기범 | đuổi 쫓다 | theo kịp ~을(를) 따라잡다 | dài 길다 | ngắn 짧다

2 미아 찾기 안내 방송을 듣고, 다음 질문에 답해 보세요. Track 11_5

1. Em bé đi lạc tên gì? 길을 잃은 아이의 이름은 무엇입니까?

   ____

2. Em bé ấy mấy tuổi? 그 아이는 몇 살입니까?

___

3. Khi đi lạc, em bé ấy mặc áo gì? Màu gì?
길을 잃었을 때, 그 아이는 무슨 옷을 입고 있었나요? 무슨 색인가요?

___

4. Tóc của em dài hay ngắn? 아이의 머리카락은 긴가요, 짧은가요?

___

5. Địa chỉ của em bé ấy ở đâu? 아이의 집 주소는 어디입니까?

___

단어 đi lạc 길을 잃다

3 녹음을 듣고, 들어갈 알맞은 단어를 〈보기〉에서 골라 써 보세요.

Track 11_6

보기 | còn / không ai / hai mí / mặc dù / cao / trắng / và / phóng viên

Tôi là 1) __________, còn vợ tôi ở nhà, làm nội trợ. Tôi và vợ tôi đều 40 tuổi. Chúng tôi có 2 con: một con trai và một con gái. Con trai lớn của tôi năm nay 17 tuổi, 2) __________ con gái út 15 tuổi. Tôi 3) __________ con gái tôi da hơi đen, người thấp, mũi tẹt, miệng rộng, mắt một mí. Còn vợ tôi và con trai tôi thì người 4) __________, da 5) __________, mũi thẳng, miệng nhỏ, mắt 6) __________. Đối với tôi, con gái tôi 7) __________ không đẹp như mẹ nhưng nó dễ thương 8) __________ bằng.

단어 nội trợ 가정주부 | con trai lớn 큰아들 | con gái út 막내딸 | da 피부 | tẹt 낮다 | mũi 코 | miệng 입술 | mắt một mí 홑꺼풀 | thẳng 곧다 | mắt hai mí 쌍꺼풀

4 그림을 보고, 가리키는 부위에 해당하는 단어를 빈칸에 써 보세요.

5 다음 문장에서 틀린 부분을 찾아 바르게 고쳐 써 보세요.

1. Trong lớp tôi, ai không cao bằng anh ấy.

➡ ______________________________.

2. Đối với ông ấy, đâu không đẹp bằng quê hương.

➡ ______________________________.

3. Sáng nay tôi nói chuyện với không người nào cả.

➡ ______________________________.

4. Ông ấy là một người mà không ai nào muốn làm quen.

➡ ______________________________.

5. Gì vui không bằng được gặp lại bạn cũ.

➡ ______________________________.

6. Không buồn bằng gì phải chia tay với bạn thân.

➡ ______________________________.

단어 bạn cũ 옛 친구, 오랜 친구 | chia tay 이별하다, 헤어지다

6 'không + ai/đâu/gì/nào'를 사용하여 빈칸에 알맞은 말을 써 보세요.

예시 | Ở đây không ai biết anh ấy mặc dù anh ấy rất nổi tiếng.
그가 비록 유명할지라도 이곳에는 그를 아는 사람이 아무도 없어요.

1. Tôi đã tìm cả chợ nhưng __________ bán túi xách loại đó.

2. Anh ấy đã đi du lịch khắp nơi nhưng __________ anh ấy thích bằng ở đây.

3. Mặc dù anh ấy cố gắng giải thích nhiều lần nhưng __________ hiểu anh ấy muốn nói gì.

4. __________ là không có lỗi lầm.

5. Anh ấy luôn luôn nói với cô ấy: "__________ đẹp bằng em. __________ yêu em bằng anh."

6. Theo cô ấy __________ thích bằng được uống cà phê với bạn bè vào sáng chủ nhật.

7. Cô ấy là sinh viên học chăm nhất lớp tôi. __________ ngày __________ cô ấy nghỉ học.

단어 **khắp nơi** 어디든지, 이곳저곳 | **lỗi lầm** 실수, 잘못

7 한국어 해석을 보고, 빈칸에 이어질 말을 채워 문장을 완성해 보세요.

1. Đối với anh ấy, không ai ____________________________________.
   그에게 있어서 그녀만큼 예쁜 사람은 아무도 없어요.

2. Cô ấy thường nói rằng không gì ____________________________________.
   그녀는 가족만큼 중요한 사람은 아무도 없다고 자주 말해요.

3. Anh có nghĩ rằng không đâu ____________________________________?
   형은 고향보다 예쁜 곳은 어디도 없다고 생각하죠?

4. Ông ấy ____.

그는 누구도 좋아하지 않는 사람입니다.

5. Không khách sạn nào ____.

어떤 호텔도 이 호텔만큼 편하지 않아요.

6. Theo tôi, không gì ____.

제 생각에는, 해외여행을 가는 것만큼 기쁜 일은 없어요.

8 **아름다운 여성이나 멋진 남성에 대한 자신만의 기준이 있나요? 그 기준과 이유를 써 보세요.**

____

____

____

____

Track 11_7

CÁI NẾT ĐÁNH CHẾT CÁI ĐẸP

Gia đình tôi có 5 người: ba mẹ tôi, hai chị gái và tôi. Tôi là con gái út trong gia đình. Ba tôi mong có một con trai. Vì vậy, ông hơi thất vọng khi mẹ tôi sinh tôi.

Mẹ tôi đẹp. Khi là học sinh trung học, bà là nữ sinh đẹp nhất trường. Hai chị gái của tôi rất giống mẹ: cao, mắt đen và to, dáng người thon thả, mũi cao, miệng nhỏ, môi đỏ tự nhiên.

Còn ba tôi thì vừa xấu vừa mập. Nhưng ba tôi vui tính và tốt bụng, ông luôn luôn cởi mở và hay giúp mọi người. Càng lớn tôi càng giống ba tôi. Mẹ tôi hay nói có lẽ tôi sẽ ế chồng.

Vậy mà…… cuộc đời có nhiều điều không thể hiểu được. Tôi mới lập gia đình hai tuần trước. Chồng tôi đẹp trai và tốt bụng. Có nhiều cô gái đẹp si mê anh nhưng anh yêu và chọn tôi. Tôi hạnh phúc quá.

Trước đây, ba tôi hay nói với tôi khi thấy tôi buồn: "Đừng buồn con. Cái nết đánh chết cái đẹp". Tôi đã không tin vào những điều ba tôi nói vì tôi nghĩ ba tôi chỉ muốn an ủi tôi. Nhưng bây giờ tôi nghĩ là ba tôi nói đúng.

...CÁI NẾT ĐÁNH
CHẾT CÁI ĐẸP...

인성은 외모를 이긴다

우리 가족은 아버지, 어머니, 두 명의 언니, 그리고 저까지 5명입니다. 저는 막내딸이에요. 저희 아버지는 아들이 한 명 있기를 원하셨어요. 그렇기 때문에, 아버지는 어머니가 저를 낳으셨을 때 조금 실망하셨어요.

제 어머니는 아름다워요. 중학생 때, 어머니는 학교에서 가장 예쁜 여학생이셨어요. 두 언니도 어머니를 닮아 키가 크며, 까맣고 큰 눈, 날씬한 몸매와 높은 코, 작은 입에 자연스러운 붉은 입술을 가지고 있어요.

그리고 제 아버지는 못생기고 뚱뚱하세요. 하지만 저희 아버지는 유쾌하고 친절하시며 항상 열린 마음으로 모두를 돕는 분이에요. 저는 점점 크면서 아버지를 닮아가요. 제 어머니는 제가 시집을 못 갈 거라고 자주 말씀하세요.

그렇지만…… 인생은 이해하기 어려운 일이 참 많아요. 저는 2주 전에 막 결혼했거든요. 제 남편은 잘생기고 성격도 좋아요. 많은 여자들이 그를 열렬히 좋아하지만 그는 저를 사랑하고 저를 택했어요. 저는 너무 행복해요.

예전에, 아버지는 제가 우울할 때마다 '슬퍼하지 말아라, 인성은 외모를 이긴단다'라고 자주 말씀해 주셨어요. 저는 그 말을 믿지 않았고, 단지 아버지가 저를 위로하려는 거라고 생각했어요. 하지만 저는 지금 아버지 말씀이 맞다고 생각해요.

단어 **cái nết** 인성, 성품 | **đánh chết** 이기다 | **cái đẹp** 외모 | **thất vọng** 실망하다 | **sinh** 낳다, 출산하다 | **trường trung học** 중학교 | **nữ sinh** 여학생 | **dáng người** 외형 | **thon thả** 날씬하다 | **tự nhiên** 자연스럽다 | **xấu** 못생기다 | **cởi mở** 오픈 마인드, 개방적이다 | **ế chồng** 시집가기 어렵다, 노처녀 | **cuộc đời** 인생 | **si mê** 푹 빠지다, 추파를 던지다 | **tin** 믿다 | **an ủi** 위로하다

지문을 읽고 다음 질문에 답해 보세요.

1. Tại sao bố cô ấy hơi thất vọng khi cô ấy ra đời?
그녀의 아버지는 그녀가 태어났을 때 왜 실망했나요?

2. Mẹ cô ấy người như thế nào?
그녀의 어머니는 어떤 사람인가요?

3. Cô ấy giống bố hay giống mẹ?
그녀는 아버지를 닮았나요, 어머니를 닮았나요?

4. Tại sao mẹ cô ấy hay nói cô ấy sẽ ế chồng?
그녀의 어머니는 어째서 그녀가 시집가지 못할 거라고 말하나요?

5. Theo bạn, tại sao chồng cô ấy chọn cô ấy mà không chọn những cô gái trẻ, đẹp khác?
당신의 생각에 그녀의 남편이 어리고 예쁜 다른 여자들이 아닌 그녀를 선택한 이유가 무엇인가요?

6. Bạn có đồng ý với câu tục ngữ "Cái nết đánh chết cái đẹp" không? Tại sao?
당신은 '인성이 외모를 이긴다'라는 격언에 동의하나요? 그 이유는 무엇입니까?

단어 **ra đời** 태어나다 | **câu** 문장, 구절 | **tục ngữ** 격언, 속담

Mặc dù không có nhiều thời gian nhưng……

비록 시간이 많이 없더라도……

학습 Point

- 복습하기
  - 주거지, 습관, 취미, 업무, 외모 및 성격 관련 표현
- 문법 비교하기
  - 복수형 수량사 các / những
  - tuy……nhưng…… / mặc dù……nhưng…… 구문
  - 접속사 ngoài ra / trừ

*회화문에서 배울 새 단어를 미리 학습해 보세요.

Track 12_1

báo Phụ Nữ 여성신문	**độc giả** 독자
tờ ~장(신문, 달력의 종별사)	**bài viết** 글, 게시물
giới nữ 여성	**tin tức** 뉴스, 소식
thời sự 시사	**tự mình** 직접, 스스로
tài 재능	**sắc đẹp** 아름다움, 아름답다
nội dung 내용, 콘텐츠	**tờ báo** 신문

회화

기자와 인터뷰 중인 젊은 영화배우 보이 란

Track 12_2

Phóng viên Bội Lan thích đọc báo gì?

Bội Lan Lan thích đọc báo Phụ Nữ.
Ngoài ra, Lan còn là độc giả của tờ Thanh Niên và tờ Tuổi Trẻ.

Phóng viên Vâng, báo Phụ Nữ thì có nhiều bài viết dành cho giới nữ, còn báo Thanh Niên và Tuổi Trẻ thì có nhiều tin tức thời sự, đúng không? Thế, Lan đọc báo vào lúc nào?

Bội Lan Vào buổi sáng. Lan thường vừa ăn sáng vừa đọc báo.

Phóng viên Còn phim, Bội Lan thích xem những loại phim gì?

Bội Lan Lan thích xem tất cả các loại phim, trừ phim kinh dị

Phóng viên Bội Lan có thích nấu ăn không?

Bội Lan Dạ, thích. Mặc dù không có nhiều thời gian nhưng Lan rất thích tự mình nấu ăn.

Phóng viên Nhiều người nói Bội Lan là một trong những diễn viên vừa đẹp vừa có tài. Vậy thì, theo Bội Lan, sắc đẹp có phải là điều quan trọng nhất đối với một nữ diễn viên không?

Bội Lan Ồ, Lan nghĩ sắc đẹp không phải là tất cả.

기자	보이 란 씨는 어떤 신문을 좋아하나요?
보이 란	저는 여성신문 읽는 걸 좋아해요. 이 외에도 저는 탄 니엔 신문과 뚜오이 쩨 신문의 독자입니다.
기자	네, 여성신문은 주로 여성을 위한 기사가 많이 있고, 탄 니엔 신문과 뚜오이 쩨 신문은 시사 뉴스가 많죠? 그렇다면 란 씨는 언제 신문을 읽나요?
보이 란	아침에요. 저는 보통 아침을 먹으며 신문을 봐요.
기자	그러면 영화는요, 보이 란 씨는 어떤 장르의 영화를 좋아하나요?
보이 란	저는 공포 영화를 제외하고 모든 장르를 좋아해요.
기자	보이 란 씨는 요리를 좋아하시나요?
보이 란	네, 좋아해요. 비록 시간이 많이 없지만 저는 직접 요리하는 걸 매우 좋아해요.
기자	많은 사람들이 란 씨의 아름답기까지 하면서 재능도 있는 배우라고 말해요. 그렇다면, 보이 란 씨의 생각에 아름다운 외모가 여자 배우에게 있어 가장 중요한 요소라고 생각하나요?
보이 란	오, 저는 외모는 전부가 아니라고 생각해요.

대화 내용을 바탕으로, 다음 질문에 답해 보세요.

1. Cô Bội Lan chỉ thích đọc báo Phụ Nữ thôi phải không? 보이 란 씨는 여성신문만 읽나요?

2. Nội dung của mỗi tờ báo có gì khác nhau không? 각 신문들의 내용은 무엇이 다른가요?

3. Mỗi buổi sáng Bội Lan thường làm gì? 매일 아침에 보이 란 씨는 보통 무엇을 하나요?

4. Cô Bội Lan không thích xem loại phim gì? 보이 란 씨는 어떤 장르의 영화를 좋아하지 않나요?

5. Cô Bội Lan cho rằng có sắc đẹp là có tất cả, phải không? 보이 란 씨는 외모가 전부라고 생각하나요?

1 복수형 수량사 các / những

'các'과 'những'은 '~들'이라는 의미로, 모두 명사 또는 명사구 앞에서 복수형을 나타내는 수량사입니다. 'các'은 대상을 그룹화할 때 사용하는 복수형 수량사입니다. 반면 'những'의 경우, 같은 복수형 수량사이지만 전체가 아닌 일부를 언급할 때 쓰이며, 말하고자 하는 대상이 보통 추상적이거나 불특정한 경우에 사용합니다. 첫 번째 예문과 같이 2인칭 대명사의 복수형은 'các'으로만 씁니다.

- Các bạn đang sống ở đâu? 여러분은 어디 살고 있나요?
- Tất cả các ngôi nhà ở đây đều được xây dựng từ trước năm 1930.
  여기에 있는 모든 집들은 모두 1930년 이전에 지어졌어요.
- Những người vô gia cư rất cần được giúp đỡ. 집이 없는 사람들은 도움이 매우 필요해요.

단어 giúp đỡ 도와주다

2 tuy……nhưng…… / mặc dù……nhưng…… 구문

'tuy……nhưng……'과 'mặc dù……nhưng……' 구문은 '비록 ~일지라도', '~에도 불구하고'라는 의미로, 앞서 언급한 내용과 반대의 결과를 나타낼 때 사용합니다. 'tuy……nhưng……' 구문은 본래 일어날 수 없는 일임에도 불구하고 일어난 상황임을 강조할 때 사용합니다. 또한, 'mặc dù……nhưng……' 구문은 주어진 조건에 대해 반대의 결과가 발생한 경우 사용하며, 어쨌든 발생하게 된 반대의 결과를 강조하기 위해 사용하기도 합니다.

- Gia đình họ tuy nghèo nhưng hạnh phúc.
  그들 가족은 가난하지만 행복해요. ('가난하기 때문에 원래는 행복할 수 없다'는 의미를 내포함)
- Mặc dù làm việc ở đó lượng cao nhưng cô ấy không thích.
  비록 그곳에서 일하면 월급은 높더라도 그녀는 만족하지 않아요. ('만족하지 않다'는 '월급이 높다'라는 상황과 반대됨을 나타냄)

3 접속사 ngoài ra / trừ

접속사 'ngoài ra'는 '이 외에도', '그 밖에도'라는 의미를 가지며, 앞서 언급한 주된 내용 외에도 다른 부분이 추가적으로 있음을 나타냅니다. 'ngoài ra'는 주로 문장 처음에 사용합니다. 접속사 'trừ'는 '~을(를) 제외하고'라는 뜻으로, 특정 대상을 따로 떼어내어 고려하지 않거나 이를 포함하지 않는 것을 의미합니다.

- Anh ấy học tiếng Anh, tiếng Pháp. Ngoài ra, anh ấy còn học tiếng Hàn Quốc.
  그는 영어와 프랑스어를 공부해요. 이 외에도 그는 한국어도 공부해요.
- Cô ấy mời tất cả mọi người, trừ tôi. 그녀는 모든 학생들을 초대했는데, 저만 제외했어요.

1 다음은 한 회사에 새로 취업한 네 사람에 대한 이력입니다. 그들의 새 업무와 급여가 그들의 역량에 비해 적당하다고 생각하나요? 그 이유는 무엇이며, 어떤 것을 제안해 볼 수 있을까요?

Track 12_3

ĐỖ TUẤN	NGUYỄN THỊ ĐỨC MAI
Trung cấp vi tính 컴퓨터 능력 중급 có chứng chỉ thư ký giám đốc 비서 자격증 보유 Anh văn trình độ B 영어 B 자격증 có kinh nghiệm về giảng dạy vi tính 컴퓨터 관련 교육 경력 vừa được công ty Thông Minh tuyển vào vị trí thư ký giám đốc 통민 회사 비서직 합격 lương: 5 triệu đồng/tháng 급여: 월 500만 동	Văn hóa 12/12 고등학교 졸업 chứng chỉ B Anh văn 영어 B 자격증 sơ cấp Pháp văn 프랑스어 초급 bằng B vi tính 컴퓨터 자격증 B급 có kinh nghiệm bán hàng 영업 관련 경력 hiện là kế toán của công ty Thái Thái 현재 타이 타이 회사의 회계사로 근무 중 lương: 4 triệu 500 ngàn đồng/tháng 급여: 월 450만 동

LÂM THỊ TUYẾT	PHAN QUỲNH NHƯ
Tốt nghiệp Đại học Kinh tế chuyên ngành Ngoại thương 경제 대학 국제무역 전공 biết Anh văn 영어 가능 có kinh nghiệm về kế toán vừa được Công ty Sản xuất Đồ chơi MM nhận vào làm nhân viên tiếp thị 회계사 경력으로 'MM' 장난감 생산회사 마케팅 사원으로 입사 lương: 5 triệu 500 ngàn đồng/tháng 급여: 월 550만 동	Cử nhân Luật 법학 학사 chứng chỉ C Anh văn 영어 C 자격증 hiện đang làm việc tại Văn phòng Tư vấn Luật 법률 컨설팅 사무소 근무 중 lương: 6 triệu rưỡi/tháng 급여: 월 650만 동

Tip! 'văn hóa'는 베트남의 교육 제도에서 정규 초중고 교육 과정을 의미합니다. 한국과 달리 베트남은 1~12학년까지의 학년제를 기준으로 합니다. 따라서 '12/12'는 1학년부터 12학년까지 베트남 정규 교육 과정을 이수했다는 의미입니다.

단어 **trung cấp** 중급 | **vi tính** 컴퓨터 | **trình độ** 수준 | **giảng dạy** 가르치다 | **tuyển** 채용하다, 선택하다 | **vị trí** 직무, 위치 | **sơ cấp** 초급 | **hiện** 현재 | **ngoại thương** 국제 무역, 해외 무역 | **đồ chơi** 장난감 | **luật** 법, 법학 | **tư vấn** 컨설팅하다

2 만약 호찌민시에서 2년 동안 살기 위해 집을 임대해야 한다면, 다음 중 어떤 집을 선택할 것인가요? 그 이유는 무엇인가요?

Track 12_4

QUẬN 6	QUẬN 1
Nhà cho thuê nguyên căn 1 trệt, 1 lầu 주택 전체 임대, 2층 DTSD 92m^2 사용 면적 92제곱미터 Có cửa kiếng, gạch men, cửa sắt, sân nhỏ đủ để xe 유리문, 타일 벽, 철문, 충분한 주차 공간이 있는 작은 마당 Hẻm rộng, xe hơi vào được 자동차가 진입 가능한 넓은 집 앞 골목 Điện+nước+điện thoại đầy đủ 전기+물+전화 완비 Liên hệ: cô Mai, ĐT: 8225009 연락처: 마이, 8225009	Cần cho thuê nhà nguyên căn mặt tiền ở gần trung tâm Quận 1 1군 중심가에 위치한 건물 전체 임대 nhà đẹp, DT: 3m×10m, khu yên tĩnh, an ninh, 예쁜 인테리어, 면적: 3m×10m, 조용하고 안전한 지역 có giấy phép cho người nước ngoài thuê. 외국인 임대 허가증 보유 Giá 10.000.000/tháng 임대료 월 1천만 동 Mọi chi tiết xin liên hệ ĐT: 8229390 상세 문의 연락처: 8229390

단어 **DTSD (Diện Tích Sử Dụng)** 사용 면적 | **kiếng** 유리 | **gạch men** 타일 | **sắt** 철 | **sân** 마당 | **hẻm** 골목 | **giấy phép** 허가증 | **an ninh** 안전하다, 보안이 갖춰지다 | **chi tiết** 상세하다, 자세하다

3 다음은 화가인 응우엔 비엣 하이 씨가 좋아하는 것과 싫어하는 것에 대한 목록입니다. 이를 참고하여 자신의 취향에 따라 빈칸을 채워 보세요.

Thích 좋아하는 것		Không thích 싫어하는 것
- màu đen, đỏ, xám, nâu 검정, 빨강, 회색, 갈색 - bia, rượu, cà phê, thuốc lá, trà 맥주, 술, 커피, 담배, 차 - phim, nhạc pop-rock, sách 영화, 팝 음악, 락 음악, 책	Họ và tên: Nguyễn Việt Hải Tuổi: 34 Nghề nghiệp: họa sĩ	- màu tím 보라색 - thịt 고기 - nước ngọt 탄산음료

Thích 좋아하는 것		Không thích 싫어하는 것
- ______________ - ______________ - ______________ - ______________ - ______________ - ______________	Họ và tên: ______________ Tuổi: __________ Nghề nghiệp: ______________	- ______________ - ______________ - ______________ - ______________ - ______________ - ______________

단어 họa sĩ 화가 | màu tím 보라색 | màu nâu 갈색

연습 문제

1 **길에서 마주친 빈 씨와 남 씨의 대화를 듣고, 다음 질문에 답해 보세요.** Track 12_5

1. Bình làm việc ở đâu? 빈 씨는 어디에서 일하나요?

2. Bao giờ Bình đến nhà Nam chơi?
빈 씨는 남 씨의 집에 언제 놀러갈 건가요?

3. Nam chuyển nhà bao lâu rồi? 남 씨는 이사한 지 얼마나 되었나요?

4. Nhà mới của Nam bây giờ ở đâu? 남 씨의 지금 새 집은 어디에 있나요?

2 **임대할 집을 찾으려는 톰 씨는 친구 융 씨에게 물어봅니다. 톰 씨와 융 씨의 대화를 듣고, 다음 질문에 답해 보세요.** Track 12_6

1. Tom muốn thuê nhà như thế nào?
톰 씨는 어떤 집을 빌리려고 하나요?

2. Tom muốn ở gần hay xa trung tâm thành phố?
톰 씨는 시내 근처를 원하나요, 시내에서 먼 곳을 원하나요?

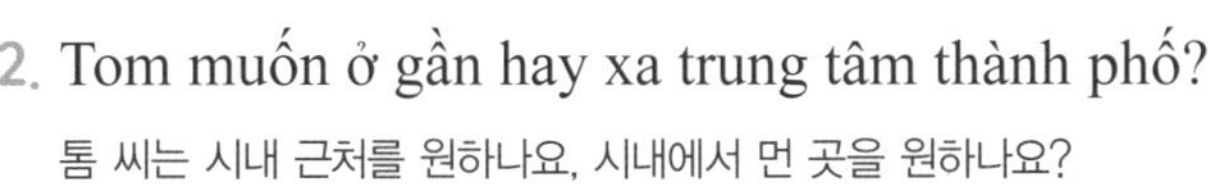

3. Những căn nhà mà Tom đã đến xem như thế nào?
톰 씨가 봤던 집들은 어땠나요?

4. Căn nhà mà Dũng giới thiệu cho Tom giá khoảng bao nhiêu một tháng?
융 씨가 톰 씨에게 소개해 준 집은 월세가 얼마 정도인가요?

____

3 같은 부류에 속하는 단어를 빈칸에 써 보세요.

1. Nhà cửa: cao ốc, ____________, ____________, ____________

2. Sở thích: xem phim, ____________, ____________, ____________

3. Thói quen: dậy sớm, ____________, ____________, ____________

4. Nhân dạng: tóc dài, ____________, ____________, ____________

4 빈칸에 'các' 또는 'những'를 알맞게 넣어 문장을 완성해 보세요.

1. Cô ấy chỉ làm ____________ gì cô ấy thích.

2. Mười hai giờ đêm, tất cả ____________ quán cà phê ở khu phố này đều đóng cửa.

3. Chị ấy rất thích ____________ bài hát viết về quê hương.

4. Hôm qua ____________ anh đã gặp ____________ ai?

5. Vào thứ bảy và chủ nhật, ____________ công viên thường rất đông.

6. Mấy tháng nay ____________ khách sạn đều giảm giá.

7. ____________ nhân viên trong khách sạn này đều mến Thomas vì anh rất vui tính.

단어 **khu phố** 동네 | **đóng cửa** 문을 닫다 | **bài hát** 노래 | **đông** 붐비다, 겨울

5 빈칸에 'ngoài ra' 또는 'trừ'를 알맞게 넣어 문장을 완성해 보세요.

1. Phim nào tôi cũng thích xem, ____________ phim kinh dị.

2. Bà ấy có hai căn nhà ở Quận 3. ____________ bà ấy còn có một ngôi biệt thự ở Đà Lạt.

3. Chị ấy nói giỏi tiếng Pháp. ____________ chị ấy còn nói giỏi tiếng Trung Quốc nữa.

4. Chuyện ấy cả công ty ai cũng biết, ____________ ông ấy.

5. Cô ấy đã được nhận vào làm việc ở công ty du lịch. ____________ Báo Thanh Niên cũng nhận cô ấy làm cộng tác viên.

6. Các cô gái Hưng quen đều thích đi mua sắm, ____________ Nga.

단어 cộng tác viên 공동 저자

6 빈칸에 'không' 또는 'không phải'를 알맞게 넣어 문장을 완성해 보세요.

1. ________________ ngày nào tôi cũng thức dậy trễ.

2. ________________ phim nào làm nó thích.

3. ________________ nhà hàng nào cũng vừa ngon vừa rẻ.

4. ________________ sáng nào anh ấy không uống cà phê.

5. ________________ cô gái nào cũng thích để tóc dài.

6. ________________ cô gái nào chịu được tính ích kỷ của em trai tôi.

단어 tính 성향

7 **주어진 단어를 활용하여 'vừa……vừa……' 또는 'tuy……nhưng'을 사용한 문장을 만들어 보세요.**

1. đẹp / thông minh

➡ ____.

2. ăn tối / xem ti vi

➡ ____.

3. tốt / rẻ

➡ ____.

4. nhiều / ngon

➡ ____.

5. đẹp người / đẹp nết

➡ ____.

6. cười / nói

➡ ____.

7. chật / rộng

➡ ____.

8. yên tĩnh / gần

➡ ____.

단어 **khu vực** 지역, 구역

8 'thì……thì……' 또는 'vừa……vừa……'를 알맞게 사용하여 문장을 다시 써 보세요.

1. Ông ấy có thói quen đọc báo và nghe nhạc cùng một lúc.

➡ ______________________________.

2. Phóng viên hỏi và ghi chép những câu trả lời của cô diễn viên đó.

➡ ______________________________.

3. Có hai người đến khách sạn tìm ông Kim. Một người nói được tiếng Việt, còn người kia chỉ nói được tiếng Hàn Quốc.

➡ ______________________________.

4. Nhà cũ gần trường nhưng quá ồn. Nhà mới thuê yên tĩnh nhưng đi bằng xe máy mất đến 45 phút.

➡ ______________________________.

5. Phòng Thu mát, đẹp, thoáng và đầy đủ tiện nghi.

➡ ______________________________.

6. Vợ Nam thích xem cải lương. Còn Nam thích xem bóng đá.

➡ ______________________________.

단어 **cùng một lúc** 동시에 | **ghi chép** 메모하다, 받아 적다 | **ồn** 시끄럽다 | **thoáng** 쾌적하다

9 주어진 단어를 활용하여 'mặc dù……nhưng……'을 사용한 문장을 만들어 보세요.

1. nhỏ / rất tiện nghi

➡ ______________________________.

2. rất cố gắng / thường đến lớp muộn

➡ ______________________________.

3. không đẹp trai / được nhiều cô gái thích

➡ ____.

4. không có nhiều tiền / thường đi du lịch nước ngoài

➡ ____.

5. tốt nghiệp Đại học Luật / muốn trở thành hướng dẫn viên du lịch

➡ ____.

6. không thích có nhiều bạn bè / vẫn mời các đồng nghiệp mới đến nhà ăn tối

➡ ____.

단어 **đồng nghiệp** 동료 | **đẹp trai** 잘생기다

10 빈칸에 이어질 말을 자유롭게 채워 넣어 문장을 완성해 보세요.

1. Ông ấy thường cho rằng không đâu ______________________.

2. Anh ấy nghĩ rằng không ai ______________________.

3. Theo tôi, không gì ______________________.

4. Đối với cô ấy, không gì ______________________.

5. Không ai ______________________.

6. Không đâu ______________________.

11 주어진 단어를 활용하여 'mặc dù……nhưng……'을 사용한 문장을 자유롭게 완성해 보세요.

1. rất tiện nghi

➡ ____.

2. thường đến lớp muộn

➡ ____.

3. được nhiều cô gái thích

➡ ____.

4. không có nhiều tiền

➡ ____.

5. muốn trở thành hướng dẫn viên du lịch

➡ ____.

6. hơi thấp

➡ ____.

7. công việc mới hợp chuyên môn

➡ ____.

단어 **đồng hồ báo thức** 알람 시계

12 빈도부사 'không bao giờ', 'luôn luôn', 'thỉnh thoảng', 'ít khi', 'thường' 등을 활용하여 자신의 습관에 대해 말해 보세요.

1. Thức dậy sớm: ______________________.
2. Đi ngủ trễ: ______________________.
3. Ăn sáng ở nhà: ______________________.
4. Ăn trưa ở tiệm: ______________________.
5. Uống bia: ______________________.
6. Hút thuốc: ______________________.
7. Xem phim: ______________________.
8. Chơi bóng đá: ______________________.
9. Đi thăm bạn: ______________________.

13 자신이 미래에 계획하고 있는 일에 대해 써 보세요.

____

____

____

____

Track 12_7

MỘT ĐÁM CƯỚI VIỆT NAM

Đây là một đám cưới Việt Nam. Mọi người đang đứng trước nhà của chú re để chụp hình. Hôm nay chú rể mặc áo vét màu xám.

Anh ấy đeo cà vạt màu xanh lơ và cài một bông hồng màu trắng. Có lẽ đây là lần đầu tiên anh ấy mặc áo vét nên trông anh không được tự nhiên lắm. Anh ấy còn có vẻ hơi mệt mỏi nữa.

Còn cô dâu mặc áo dài màu vàng. Cô ấy đang ôm một bó hoa hồng. Trông cô thật xinh đẹp, duyên dáng trong bộ áo cưới.

Người phụ nữ đứng bên cạnh chú rể là mẹ của chú rể. Người đàn ông đứng bên cạnh mẹ chú rể là cha của chú rể. Còn người đàn ông đứng bên cạnh cô dâu là cha của cô dâu. Người phụ nữ đứng bên cạnh ông ấy là mẹ của cô dâu. Bà trông hãy còn khá trẻ.

Các bạn hãy nhìn cô dâu và chú rể. Cả hai đang cười rất hạnh phúc vì hôm nay là ngày vui nhất của họ.

Sau khi chụp hình xong, cha của chú rể sẽ nói vài điều gì đó để cảm ơn mọi người. Sau đó, cô dâu chú rể sẽ đến mỗi bàn để chào khách. Mọi người sẽ chúc cô dâu và chú rể trăm năm hạnh phúc.

Hôm nay chú rể sẽ uống nhiều rượu. Cô dâu cũng uống nhưng chỉ một chút thôi. Hôm qua, cô dâu đã khóc rất nhiều khi từ giã ba mẹ. Nhưng bây giờ cô ấy đang cười rất hạnh phúc.

Ngày mai hai vợ chồng mới sẽ đi Đà Lạt để hưởng tuần trăng mật. Họ sẽ ở đó khoảng một tuần.

베트남의 결혼식

이곳은 베트남의 한 결혼식장입니다. 모든 사람들이 사진을 찍기 위해 신랑의 집 앞에 서 있습니다.

오늘 신랑은 회색 정장을 입고 있어요. 그는 청록색 넥타이를 메고 흰 장미 한 송이를 달고 있어요. 아마 그는 오늘 정장을 처음 입어 봐서 자연스럽지 않아 보입니다. 그는 조금 피곤해 보이기도 합니다.

그리고 신부는 노란색 아오자이를 입고 있어요. 신부는 장미꽃 한 다발을 안고 있습니다. 웨딩드레스를 입은 그녀는 정말 아름답고 우아해 보여요.

신랑 옆에 서 있는 여자는 신랑의 어머니입니다. 신랑 어머니 옆에 서 있는 남자는 신랑의 아버지입니다. 그리고 신부 옆에 서 있는 남자는 신부의 아버지입니다. 그 옆에 서 있는 여자는 신부의 어머니입니다. 어머니는 여전히 꽤나 젊어 보입니다.

여러분도 신부와 신랑을 봐 보세요. 오늘은 그들의 가장 기쁜 날이기 때문에 양가 모두 매우 행복하게 웃고 있어요.

사진 촬영이 끝나고, 신랑의 아버지는 모든 사람들에게 감사의 말을 할 것입니다. 그 다음, 신랑 신부가 하객들의 테이블에 각각 찾아가 인사할 것입니다. 모든 사람들은 신랑 신부가 백년해로하며 행복하길 기원할 것입니다.

오늘 신랑은 술을 많이 마실 거예요. 신부도 마시겠지만 조금만 마실 것입니다. 어제, 신부는 부모님을 떠나면서 정말 많이 울었어요. 하지만 지금 그녀는 아주 행복하게 웃고 있어요.

내일, 부부는 달랏으로 신혼여행을 갑니다. 그들은 일주일 정도 그곳에 머무를 거예요.

단어 **đám cưới** 결혼(식) | **chú re** 신랑 | **áo vét** 남성 정장 | **cà vạt** 넥타이 | **màu xanh lơ** 청록색 | **bông hồng** 장미 | **ôm** 끌어안다 | **bó** 다발, 묶음 | **duyên dáng** 우아하다 | **bộ áo cưới** 웨딩드레스 | **cô dâu** 신부 | **từ giã** 떠나다, 작별하다 | **trăng mật** 신혼여행

MEMO

답안 및 듣기 스크립트

Bài 1

회화

1. TV ở cửa hàng đó không những chất lượng cao mà còn rẻ nữa.
   그 가게의 텔레비전은 품질이 좋을 뿐만 아니라 가격도 저렴합니다.
2. Cái ti vi đầu tiên Lâm xem giá 5 triệu đồng.
   럼 씨가 첫 번째로 본 텔레비전의 가격은 500만 동입니다.
3. Không. Lâm không đồng ý mua cái ti vi đó. Vì nó hơi đắt.
   아뇨, 럼 씨는 그 텔레비전을 사는 것을 동의하지 않았습니다. 왜냐하면 그것은 조금 비싸기 때문입니다.
4. Cái ti vi thứ hai Lâm xem giá 4 triệu đồng.
   럼 씨가 두 번째로 본 텔레비전은 400만 동입니다.

말하기 연습

3 모범 답안

1. A Cà phê này ngon chứ?
   이 커피 맛있죠? (재차 확인하기 위함)
2. B Dạ, có chứ ạ. (Xin mời (ông) xem thử.)
   네, 당연히 있지요. (한 번 봐 보세요.)
3. A Cô không nói thách (đấy) chứ?
   당신 바가지 씌우시는 거 아니죠?
4. A Tôi xem thử được chứ? 한번 볼 수 있죠?
5. B Dạ, có chứ ạ. (Bảo hành (6 tháng) ạ.)
   네, 당연히 있지요. (보증 기한은 6개월입니다.)
6. B Dạ, có chứ ạ. (Xin mời (chị) xem thử.)
   네, 당연히 있지요. (한 번 봐 보세요.)

4 모범 답안

A Chào chị. Chị muốn mua gì ạ?
안녕하세요. 무엇을 사고 싶으세요?

B Tôi muốn mua một cái mũ. 저는 모자 한 개를 사고 싶어요.

A Vâng. Ở cửa hàng chúng tôi có nhiều mũ không những đẹp mà còn rẻ. Mời chị xem thử ạ.
네, 저희 가게에는 예쁘고 저렴한 모자가 많이 있어요. 한번 봐 보세요.

B Cái mũ này bao nhiêu tiền vậy, em? 이 모자는 얼마예요?

A Cái mũ này một cái 200.000 đồng.
이 모자는 한 개에 20만 동입니다.

B 200.000 đồng à? Đắt quá. Có loại nào rẻ hơn không, em?
20만 동이요? 너무 비싸요. 더 저렴한 것은 없나요?

A Dạ, có chứ ạ. Cái mũ kia giá chỉ 60.000 đồng thôi. Mời chị xem thử.
네, 물론 있지요. 저 모자는 6만 동 밖에 하지 않아요. 한번 봐 보세요.

B Cái mũ này đẹp lắm. Tôi muốn mua cái mũ này.
이 모자 너무 예뻐요. 저는 이 모자를 사고 싶어요.

A Vâng. Đợi một chút ạ. 네, 잠시만 기다려 주세요.

연습 문제

1

1. Người bán nói giá một chục cam là ba mươi ngàn đồng.
   상인은 오렌지 한 묶음이 30.000동이라고 말했어요.
2. Cuối cùng người bán đồng ý bán một chục cam giá mười lăm ngàn đồng.
   결국 상인은 오렌지 한 묶음을 15.000동에 파는 데에 동의했어요.
3. Người mua muốn mua hai chục cam.
   손님은 오렌지 두 묶음을 사고 싶어 해요.

듣기 스크립트

Người bán	Mua cam đi cô. Cam này ngon lắm.
Người mua	Bao nhiêu một chục vậy, bà?
N.b.	Ba mươi ngàn một chục.
N.m.	Hả? Bao nhiêu?
N.b.	Ba mươi ngàn đồng.
N.m.	Đắt quá! Mười lăm ngàn, được không?
N.b.	Cô có mua nhiều không?
N.m.	Cháu mua hai chục.
N.b.	Hai chục hả? Thôi, được. Tôi bán cho cô.
N.m.	Cháu ăn thử được không ạ?
N.b.	Dạ, được chứ. Mời cô ăn thử.

2

1. Cô gái ấy muốn mua áo sơ mi.
   그 여자는 셔츠를 사고 싶어 해요.
2. Cô ấy thích màu xanh. 그녀는 파란색을 좋아해요.
3. Cái áo đó giá sáu chục ngàn đồng. 그 옷은 6만 동입니다.

듣기 스크립트

Người bán	Chào cô. Cô mua gì ạ?
Lan	Tôi muốn mua một cái áo sơ mi.
Người bán	Cô thích màu nào? Màu xanh hay màu trắng?
Lan	Màu xanh. Tôi muốn xem thử cái áo xanh kia.
Người bán	Vâng. Đây, mời cô xem.
Lan	Bao nhiêu tiền cái áo này vậy, chị?
Người bán	Dạ, sáu chục ngàn đồng.

Lan	Tôi mặc thử được không?
Người bán	Dạ, được chứ. Mời cô.

3 모범답안

A Đây là cái gì?
이것은 무엇인가요?

B Đó là cái mũ.
그것은 모자입니다.

A Đây là con gì?
이것은 무엇인가요?

B Đó là con mèo.
그것은 고양이입니다.

5

Hôm qua tôi và chị Mai đi [1]chợ Bến Thành. Chị Mai mua một chục cam và một kí chôm chôm. Tôi cũng mua một [2]chục cam, [3]nhưng tôi không mua chôm chôm. [4]sau đó, chúng tôi đi mua quần áo và giày dép. Tôi mua một [5]đôi giày màu trắng, còn chị Mai mua một cái [6]quần jean màu xanh.

어제 저와 마이 씨는 벤탄 시장에 갔어요. 마이 씨는 오렌지 한 묶음과 람부탄 1킬로그램을 샀어요. 저도 오렌지 한 묶음을 샀어요. 하지만 저는 람부탄을 사지 않았어요. 그 후에, 우리는 옷과 신발을 사러 갔어요. 저는 하얀색 신발 한 켤레를 샀고, 마이 씨는 파란색 청바지 한 벌을 샀어요.

6

1. Cái áo dài này đẹp quá. Tôi mặc thử được không?
이 아오자이는 너무 예뻐요. 제가 입어 볼 수 있을까요?
2. Đôi giày này tốt lắm. Anh muốn mang thử không?
이 신발은 아주 좋아요. 당신은 신어 보고 싶나요?
3. Cái bánh này ngon lắm. Anh đã ăn thử bao giờ chưa?
이 빵은 아주 맛있어요. 당신은 먹어 본 적 있나요?
4. Cà phê này thơm và ngon lắm. Mời các bạn uống thử.
이 커피는 향긋하고 아주 맛있어요. 여러분 마셔 보세요.
5. Tôi đang rảnh. Tôi muốn đọc thử quyển sách này.
저는 지금 한가해요. 저는 이 책을 읽어 보고 싶어요.
6. Bài hát này hay lắm. Chị có muốn nghe thử không?
이 노래는 아주 좋아요. 당신은 들어 보고 싶나요?

7

1. Con chó này dễ thương quá. 이 강아지는 너무 귀여워요.
2. Chị mua cái áo dài này ở đâu vậy?
당신은 이 아오자이를 어디에서 샀나요?
3. Cái tủ lạnh đó hiệu gì? 그 냉장고는 무슨 브랜드입니까?
4. Chị có thấy con mèo trắng của tôi ở đâu không?
당신은 어디에서 제 하얀 고양이를 봤나요?
5. Chị mặc thử cái quần jean đó chưa?
그 청바지를 입어보았나요?
6. Cái máy vi tính này giá bao nhiêu?
이 컴퓨터는 가격이 얼마입니까?
7. Cô ấy mua một cái mũ màu vàng.
그녀는 노란색 모자 하나를 샀어요.

8

1. (4) Có đôi nào nhỏ hơn không?
더 작은 운동화가 있나요?
2. (1) Dạ, chỉ còn áo cỡ vừa và nhỏ thôi.
네, 스몰과 미디움 사이즈만 있어요.
3. (6) Dạ, phòng thử quần áo ở đằng kia ạ.
네, 탈의실은 저쪽에 있습니다.
4. (5) Cửa hàng chúng tôi có nhiều loại tủ lạnh.
저희 가게에는 많은 종류의 냉장고가 있어요.
5. (2) Ở tiệm Thanh Thủy, gần chợ Bến Thành.
벤탄 시장 근처의 탄 투이 가게에서 샀어요.

9

1. Cái máy giặt này giá rẻ hơn cái máy giặt kia.
이 세탁기는 저 세탁기보다 더 저렴합니다.
2. Cái máy lạnh sản xuất sớm hơn cái máy lạnh kia.
이 에어컨은 저 에어컨보다 일찍 생산되었습니다.
3. Cái áo này nhỏ hơn cái áo kia.
이 옷은 저 옷보다 더 작습니다.
4. Đôi giày này cao hơn đôi giày kia.
이 신발은 저 신발보다 더 높습니다.
5. Ti vi này màn hình rộng hơn ti vi kia.
이 텔레비전은 저 텔레비전보다 화면이 더 넓습니다.
6. Quyển sách này dày hơn quyển sách kia.
이 책은 저 책보다 더 두껍습니다.

10

1. Xoài này không những ngon mà còn rẻ.
이 망고는 맛있을 뿐만 아니라 저렴하기까지 해요.
2. Cửa hàng này không những bán cassette mà còn bán máy lạnh.
이 가게는 카세트를 팔 뿐만 아니라 에어컨까지 팔아요.
3. Đôi giày thể thao đó không những nhẹ mà còn rất bền.
그 운동화는 가벼울 뿐만 아니라 튼튼하기까지 해요.
4. Cái máy lạnh này không những không lạnh mà còn rất hao điện nữa.
이 에어컨은 시원하지 않을 뿐만 아니라 전력 손실도 매우 심해요.
5. Nhà Lan không những gần chợ Bến Thành mà còn gần các cửa hàng điện tử lớn.
란 씨의 집은 벤탄 시장과 가까울 뿐만 아니라 큰 전자상가들하고도 가까워요.

6. Tháng này sầu riêng không những không ngon mà còn rất đắt nữa.
이번 달 두리안은 맛이 없을 뿐만 아니라 매우 비싸기까지 해요.

11

1. Tôi mặc thử được không?
한 번 입어 봐도 되나요?
2. Tôi ăn thử được không?
한 번 먹어 봐도 되나요?
3. Cam này bao nhiêu tiền một chục?
이 오렌지가 한 묶음에 얼마입니까?
4. Nho này bao nhiêu tiền một kí?
포도가 1킬로그램에 얼마입니까?
5. Cô thích màu nào?
어떤 색을 좋아하세요?
6. Ông muốn mua gì ạ? 무엇을 사고 싶으세요?
Ông muốn mua cái quạt máy màu nào ạ?
어떤 색의 선풍기를 사고 싶으세요?

Bài 2

회화

1. Hôm nay trông Dũng có vẻ mệt.
오늘 융 씨는 몸이 안 좋아 보여요.
2. Dũng đã uống thuốc cảm.
융 씨는 감기약을 먹었어요.
3. Dũng thấy đau đầu quá.
융 씨는 머리가 아파요.
4. Nam khuyên Dũng nên đi khám bệnh sớm.
남 씨는 융 씨에게 얼른 진찰받으러 가라고 조언했어요.

연습 문제

1

1. ④ đau đầu và đau bụng 2. ③ tối hôm qua
3. ③ nhẹ

듣기 스크립트

Bác sĩ	Cô ngồi xuống đi. Cô bị bệnh gì?
Bệnh nhân	Dạ, em bị đau đầu quá. Và đau bụng nữa. Em bị đau đầu và đau bụng từ tối hôm qua.
Bác sĩ	Hôm qua, cô có làm gì, ăn gì không?
Bệnh nhân	Dạ, thưa không. Sáng hôm qua em chỉ đi Thủ Đức ăn nem. Buổi chiều đi Thanh Đa ăn cháo.
Bác sĩ	À, tôi hiểu rồi.
Bệnh nhân	Em có làm sao không, bác sĩ?
Bác sĩ	Không sao. Bệnh của cô nhẹ thôi.

2

1. Mai bị cảm. 마이는 감기에 걸렸어요.
2. Từ chiều hôm qua. 어제 오후부터 아팠어요.
3. Cô ấy đã uống thuốc cảm. Bốn viên.
그녀는 감기약을 먹었어요. 4정 먹었어요.
4. Cô ấy thấy hơi chóng mặt một chút.
그녀는 조금 어지러워해요.

듣기 스크립트

Lan	Hôm nay trông chị có vẻ mệt. Chị bị bệnh phải không, chị Mai?
Mai	Vâng. Tôi bị cảm từ chiều hôm qua.
Lan	Chị đã uống thuốc chưa?
Mai	Rồi. Tôi đã uống 4 viên thuốc cảm rồi.
Lan	Bây giờ chị thấy trong người thế nào?
Mai	Tôi thấy hơi chóng mặt một chút.
Lan	Chị nghỉ một chút đi.
Mai	Cảm ơn chị. Ôi, buồn ngủ quá! Ông giám đốc đã về hay còn ở trong phòng, hả chị?

3

Anh Hải là [1)] bác sĩ. Anh ấy làm việc ở bệnh viện Chợ Rẫy. Buổi chiều, sau giờ làm việc ở [2)] bệnh viện, anh ấy về nhà. Như nhiều bác sĩ khác trong thành phố, anh ấy có [3)] phòng khám tư ở nhà riêng. Có nhiều [4)] bệnh nhân đến phòng khám tư của anh để [5)] khám bệnh.

하이 씨는 의사입니다. 그는 쩌 러이 병원에서 일합니다. 오후에, 병원에서 일이 끝난 후에, 그는 집으로 돌아옵니다. 도시의 많은 다른 의사들처럼, 그는 자신의 집에 진찰실이 있습니다. 많은 환자들이 진찰을 받기 위해 그의 진찰실에 옵니다.

4

1. A Bệnh bà ấy có nặng lắm không?
그녀(할머니)의 병이 아주 심각한가요?
B Không, bà ấy chỉ bệnh nhẹ thôi.
아뇨, 그녀의 병은 가벼운 병일 뿐이에요.

2. Ông bác sĩ này khám bệnh rất kỹ, không khám dối / ẩu như một số bác sĩ khác.
이 의사 선생님은 다른 의사들이 부주의한 것과 달리 매우 신중하게 진찰해 주십니다.

3. Bà ấy là một bác sĩ giỏi nhưng chồng bà ấy là một bác sĩ kém / dở.
그녀는 좋은 의사이지만 그녀의 남편은 부족한 의사입니다.

4. Thuốc này sẽ giúp bạn không còn thấy khó chịu sau bữa ăn. Bạn sẽ cảm thấy dễ chịu ngay.
이 약은 식사 후에 당신이 불편감을 더 이상 느끼지 않도록 도와줄 겁니다. 당신은 바로 편안해질 거예요.

5. Vừa khởi bệnh nên trông chị ấy còn yếu lắm, chưa khỏe ngay được đâu.
그녀는 이제 막 회복해서 여전히 쇠약해 보여요. 당장 건강해지긴 어려워요.

6. Phòng mạch của bác sĩ Nam có thể đóng cửa muộn hơn nhưng không thể mở cửa sớm hơn được.
남 의사 선생님의 진찰실은 일찍 열 수는 없지만 늦게 닫을 수 있어요.

5

1. ho 기침하다, đau răng 이가 아프다
2. khám bệnh 진찰받다, uống thuốc 약을 먹다

6

1. Tại sao nó (ho) nhiều vậy? 왜 그는 기침을 그렇게 많이 하나요?
2. Em đang bị (cảm), không nên tắm.
저는 지금 감기에 걸려서, 샤워를 하지 않는 게 좋아요.
3. Nếu con chị bị (sốt cao) thì chị nên đưa nó đến bệnh viện.
언니의 아이가 열이 높으면 그 아이를 병원에 데려가는 게 좋아요.
4. Nó đã uống thuốc hai ngày rồi nhưng vẫn chưa hết (đau đầu và sổ mũi).
그는 이틀 동안 약을 먹었지만 여전히 두통과 콧물 흐르는 것이 낫지 않았어요.
5. Con chị Lan bị (đau mắt) nên phải nghỉ học.
란 씨의 아이는 눈이 아파서 학교를 쉬어야 해요.

7

1. Anh thấy trong người thế nào? 형은 몸 상태가 어때요?
2. Trông anh không được khỏe. 형은 몸이 안 좋아 보여요.
3. Bệnh ông ấy thế nào rồi? 그의 병세는 어떤가요?
4. Chị nghỉ một chút đi! 언니 조금 쉬세요!
5. Bà ấy bị bệnh gì? 그녀는 무슨 병에 걸렸나요?
6. Ông ấy là một bác sĩ giỏi. 그는 훌륭한 의사입니다.
7. Tôi đã uống bốn viên thuốc cảm rồi.
저는 감기약을 4알 먹었어요.

8

1. Tôi bị nhức đầu nhưng không bị sốt.
저는 두통이 있지만 열은 없어요.
2. Không sao. Cô ấy đã được uống thuốc rồi.
괜찮아요. 그녀는 약을 먹게 되었어요.
3. Hôm qua nó được đi Vũng Tàu. Hôm nay nó bị cảm.
어제 그 아이는 붕따우에 가게 됐어요. 오늘 그 아이는 감기에 걸렸어요.
4. Chị Mai bị bệnh. Chị ấy được nghỉ hai ngày.
마이 씨는 병에 걸렸어요. 그녀는 이틀을 쉬게 되었어요.
5. Nó được thầy cho nghỉ học vì bị sốt cao.
그 아이는 열이 높아서 선생님이 수업을 쉬도록 해주었어요.
6. Bị tai nạn nên anh ấy phải nằm bệnh viện mất 2 tháng.
사고가 났기 때문에 그는 두 달을 입원해야 해요.
7. Đang bị đau đầu nên trông cô ấy không vui.
지금 머리가 아파서 그녀는 기분이 좋지 않아 보여요.

9

1. Tôi được ông giám đốc cho nghỉ một ngày.
저는 사장님에 의해 하루 쉬게 되었어요.
2. Lan được thầy giáo cho về sớm.
그녀는 선생님에 의해 일찍 귀가하게 되었어요.
3. Anh ấy được nhiều người đến thăm.
그를 보러 많은 사람들이 찾아왔어요.
4. Con trai bà Hai được Nam đưa đến bệnh viện.
하이 씨의 아들은 남 씨에 의해 병원에 가게 되었어요.
5. Ông ấy thường bị vợ hỏi đi đâu, làm gì, đi với ai.
그는 아내에게 어디에 가는지, 무엇을 하는지, 누구와 가는지 평소에 질문을 받아요.
6. Nhiều bệnh nhân nghèo đã được bác sĩ Hải khám bệnh miễn phí.
많은 가난한 환자들이 하이 의사 선생님의 진찰을 무료로 받아요.
7. Hoa bị mẹ cho uống nhầm thuốc.
호아 씨는 어머니에 의해 잘못된 약을 먹게 되었어요.

10

1. ① (3) Có lẽ anh bị cảm rồi.
아마 당신은 감기에 걸린 것 같아요.
② (5) Bà ấy phải vào bệnh viện.
그녀는 병원에 입원해야 해요.
③ (1) Chị ấy mới uống thuốc.
그녀는 방금 약을 먹었어요.
④ (2) Bây giờ tôi thấy hơi chóng mặt.
지금 저는 조금 어지러워요.
⑤ (4) Nhưng nó không muốn đi khám bệnh.
하지만 진찰을 받고 싶어 하지 않아요.

2. ① (3) Bây giờ cô thấy trong người thế nào?
지금 당신은 몸 상태가 어떤가요?

② (5) Tại sao hôm qua anh không đi học?
왜 어제 당신은 공부하러 가지 않나요?

③ (1) Ông bác sĩ ấy làm việc ở đâu?
그 의사 선생님은 어디에서 일하시나요?

④ (4) Con trai của chị đã hết bệnh chưa?
당신의 아들은 병이 다 나았나요?

⑤ (2) Bệnh của ông ấy thế nào?
그의 병세는 어떤가요?

11

1. Tôi thấy vẫn còn đau đầu lắm.
저는 여전히 머리가 아주 아파요.
2. Tôi thấy khỏe hơn rồi. 저는 더 좋아졌어요.
3. Em thấy hết đau bụng rồi. 저는 복통이 다 나았어요.
4. Tôi thấy bác sĩ Thu khám bệnh rất kỹ và giỏi.
제가 보기에 투 의사 선생님은 매우 신중하게 진찰하고 잘해요.
5. Tôi thấy bệnh viện đó rất tốt.
제가 보기에 그 병원은 매우 좋아요.
6. Chưa, tôi thấy chân còn đau lắm.
아직이요, 저는 여전히 다리가 아주 아파요.
7. Dạ, em thấy hết chóng mặt rồi.
네, 저는 현기증이 다 나았어요.

12 모범 답안

1. Chắc là sáng nay cô Lan cãi nhau với bạn trai.
아마 오늘 아침 란 씨는 남자 친구와 다투었나 봐요.
2. Chắc là hôm nay anh Nam có chuyện gì trong nhà.
아마 오늘 남 씨는 집에 무슨 일이 있나 봐요.
3. Chắc là hôm nay bà Tám không khỏe.
아마 오늘 땀 씨는 몸이 안 좋은가 봐요.
4. Chắc là ông ấy uống nhiều rượu.
아마 그는 술을 많이 마시나 봐요.
5. Chắc là nó hết bệnh rồi.
아마 걔는 병이 다 나았나 봐요.
6. Chắc là bà ấy bị bệnh.
아마 그 할머니는 병에 걸렸나 봐요.

13 모범 답안

1. Khi ngồi làm việc với máy tính lâu, tôi thấy chóng mặt.
컴퓨터 앞에 오래 앉아 일할 때, 저는 현기증이 나요.
2. Dạ không, tôi ít khi bị cảm.
아뇨. 저는 감기에 거의 걸리지 않아요.
3. Khi bị cảm, tôi thường uống thuốc cảm và nghỉ ở nhà.
감기에 걸렸을 때, 저는 보통 감기약을 먹고 집에서 쉬어요.
4. Khi thức khuya, tôi thấy đau đầu lắm.
밤을 새고 나면, 저는 두통을 몹시 느껴요.
5. Theo tôi, chúng ta nên tập thể dục nhiều và ăn nhiều để có sức khỏe tốt.
제 생각에 건강을 위해 우리는 운동을 많이 하고 많이 먹어야 해요.
6. Khi thấy trong người không khỏe, tôi không đi khám bác sĩ, chỉ ngủ ở nhà thôi.
몸 상태가 안 좋을 때, 저는 의사에게 진찰받지 않고 집에서 잠을 잘 뿐입니다.

Bài 3

회화 1

1. Dũng gọi điện thoại đến Công ty Du lịch Sài Gòn.
융 씨는 사이공 여행사에 전화를 걸었어요.
2. Dũng muốn nói chuyện với cô Thu Thủy.
융 씨는 투 투이 씨와 대화하고 싶어 해요.
3. Có. Dũng nhắn là vì bận nên chiều nay anh ấy không đến gặp cô ấy được.
네. 융 씨는 바빠서 오늘 오후에 그녀를 만나러 갈 수 없다고 전했어요.
4. Không. Cô thư ký không biết tên anh ấy. Vì Dũng không giới thiệu.
아뇨. 비서는 융 씨의 이름을 몰라요. 왜냐하면 그가 소개하지 않았기 때문이에요.

회화 2

1. Chi gọi điện cho Thu Thủy để rủ Thủy chiều nay đi xem phim.
찌 씨는 오늘 오후 영화를 보러 가는데 투 투이 씨를 초대하기 위해 투 투이 씨에게 전화했어요.
2. Không. Cô ấy không trả lời ngay câu hỏi của Chi.
아뇨. 그녀는 찌 씨의 질문에 바로 답하지 않았어요.
3. Họ sẽ gặp nhau ở rạp Rex, lúc năm giờ rưỡi.
그들은 렉스 영화관에서 5시 반에 만날 예정입니다.

연습 문제

1

1. Không. Park không biết số điện thoại của thầy Nam.
아뇨. 박 씨는 남 선생님의 전화번호를 몰라요.
2. Park muốn gọi điện cho thầy Nam để xin phép vắng mặt.
박 씨는 결석을 허락받기 위해 남 선생님과 통하고 싶어 해요.

3. Điện thoại của thầy Nam số 8507361.
남 선생님의 전화번호는 8507361입니다.

듣기 스크립트

Park	A-lô. Xin lỗi, có phải Khoa Việt Nam học đấy không ạ?
Thư ký	Vâng, anh cần gì ạ?
Park	Tôi muốn gọi điện cho thầy Nam để xin phép vắng mặt. Cô có biết điện thoại của thầy Nam số mấy không ạ?
Thư ký	Xin anh chờ một chút. Alô, điện thoại của thầy Nam số 8507361.
Park	8-5-0-7-3-6-1, phải không ạ?
Thư ký	Vâng, đúng rồi.
Park	Dạ, xin cám ơn cô.

2

1. Ông ấy gọi điện đến khách sạn Hướng Dương.
그는 흐엉 즈엉 호텔로 전화를 걸었어요.
2. Ông ấy muốn nói chuyện với ông Bình.
그는 빈 씨와 통화하고 싶어 해요.
3. Có. Ông ấy nhắn là vì bận nên chiều nay không gặp ông Bình được.
네, 그는 바빠서 오늘 오후에 빈 씨를 만날 수 없다는 말을 남겼어요.

듣기 스크립트

Tiếp tân	A-lô, Khách sạn Hướng Dương xin nghe.
John	Da, cô làm ơn cho tôi nói chuyện với ông Bình, phòng 309.
Tiếp tân	Vâng, xin ông vui lòng đợi một chút……. A lô, ông Bình không có ở trong phòng. Hình như ông ấy vừa mới đi ra ngoài. Ông có nhắn gì không ạ?
John	Xin lỗi. Xin cô nói lại một lần nữa.
Tiếp tân	Ông-có-nhắn-gì-không?
John	Dạ, có. Cô làm ơn nói với ông Bình là vì bận nên chiều nay tôi không gặp ông ấy được.
Tiếp tân	Vâng, tôi sẽ nhắn lại. Nhưng mà tên ông là gì ạ?
John	Ồ, xin lỗi. Tôi tên là John, John Murphy.
Tiếp tân	Xin cảm ơn ông. Xin chào ông.

3

Ở Thành phố Hồ Chí Minh, việc liên lạc bằng điện thoại khá tiện lợi. Nếu muốn gọi điện thoại mà bạn không có điện thoại [1] riêng thì bạn có thể [2] gọi ở Bưu điện Thành phố, ở các nhà bưu điện khu vực hay ở các điểm điện thoại [3] công cộng. Nếu muốn gọi điện thoại ở các trạm điện thoại công cộng bạn cần phải có thẻ điện thoại. Bạn có thể mua [4] thẻ điện thoại ở bưu điện, ở một số nhà sách hay quầy sách báo.

호찌민시에서, 전화로 연락하는 일은 꽤 편리합니다. 만약 당신이 전화를 걸고 싶으나 개인 전화가 없는 경우에는 중앙 우체국, 각 지역의 우체국이나 전화 부스에서 공공전화를 사용할 수 있습니다. 만약 이 공공전화 부스에서 전화를 걸고 싶다면 당신은 전화 카드가 있어야 합니다. 당신은 우체국, 몇몇의 서점이나 신문 가판점에서 전화 카드를 살 수 있습니다.

4

1. (5) Anh có nhắn gì không ạ? 남기실 말씀이 있으신가요?
2. (1) Dạ, ông ấy vừa mới. đi ra ngoài.
네, 그는 방금 막 외출했어요.
3. (6) Xin cho tôi gọi nhờ điện thoại một chút.
제게 잠깐 전화를 쓰게 해 주세요.
4. (3) A-lô, tôi nghe không rõ. 여보세요, 제가 잘 듣지 못했어요.
5. (4) Dạ, phải. Tôi là Nam đây. 네, 맞습니다. 제가 남입니다.

5

1. Hình như cô ấy mới đi ra ngoài.
아마도 그녀는 방금 막 외출한 듯해요.
2. Lúc nãy có ai gọi cho tôi không?
방금 누군가 저에게 전화를 걸었나요?
3. Có lẽ giờ này anh ấy có ở nhà.
(= Giờ này có lẽ anh ấy có ở nhà.)
아마도 그는 이 시간에 집에 있을 거예요.
4. Cô làm ơn cho tôi nói chuyện với ông Bình, phòng 309.
309호, 빈 씨 좀 바꿔주세요.
5. Chuông điện thoại reng nhiều lần nhưng không ai nhấc máy.
전화벨이 여러 번 울렸지만 아무도 받지 않아요.

6 모범답안

1. Lúc nãy có người gọi điện thoại cho chị nhưng không nói tên gì. Hình như anh ấy là anh Khang.
방금 언니한테 전화를 건 사람이 있었는데 이름이 무엇인지 말하지 않았어요. 아마도 그는 캉 씨인 듯해요.
2. Hôm qua tôi gọi điện cho anh ấy hơn một chục lần nhưng không lần nào gặp. Hình như anh ấy không rảnh.
어제 저는 그에게 열 번도 넘게 전화를 걸었지만 한 번도 만나지 못했어요. 아마 그는 한가하지 않은 듯해요.
3. Tháng này tôi gọi rất ít nhưng tiền cước điện thoại rất cao. Hình như có ai đó dùng điện thoại của tôi.
이번 달 저는 전화 통화를 아주 조금 했지만 전화 요금이 매우 많이 나왔어요. 아마도 누군가가 제 전화를 쓴 듯해요.

4. Tôi đã gọi điện đến công ty ấy ba lần rồi nhưng không ai trả lời. Hình như không ai ở văn phòng.
저는 회사에 세 번 전화를 걸었지만 아무도 답하지 않았어요. 아마도 사무실에 아무도 없는 듯해요.

5. Hình như thẻ điện thoại này không có tiền.
아마도 이 전화 카드에 돈이 없는 듯해요.

6. Chị đã gọi cho John chưa? Hình như anh ấy đang đợi chị.
언니는 존 씨에게 전화를 걸었나요? 아마도 그는 언니를 기다리고 있는 듯해요.

7

1. Vì (tôi) ghi nhầm số nên tôi gọi cho anh không được.
(저는) 잘못된 번호를 적었기 때문에 당신에게 전화할 수 없어요.

2. Vì đường dây bị bận nên chị Thu phải gọi lại nhiều lần.
통화 중이기 때문에 투 언니는 여러 번 전화를 다시 걸어야 했어요.

3. Vì tôi chưa thanh toán cước phí (điện thoại) nên điện thoại nhà tôi bị cắt.
제가 전화 요금을 아직 결제하지 않아서 저희 집 통신이 끊겼어요.

4. Vì thẻ điện thoại này chỉ gọi được trong nước nên anh ấy phải đến bưu điện.
이 전화 카드가 국내 통화만 가능하기 때문에 그는 우체국으로 가야 해요.

5. Vì nó gọi điện thoại quốc tế nhiều quá nên tháng này phải trả hơn hai triệu đồng (tiền cước phí điện thoại).
걔는 국제 전화를 너무 많이 해서 이번 달에 (전화 요금을) 200만 동 이상 지불해야 해요.

6. Vì bị bệnh nên Phước gọi điện báo là không đến được.
병에 걸렸기 때문에 프억 씨는 갈 수 없다고 전화로 알렸어요.

8

1. Cô làm ơn đọc lại số điện thoại của anh ấy.
그의 전화번호를 다시 읽어 주세요.

2. Ông ấy mới đi ra ngoài à? Năm phút sau tôi sẽ gọi lại.
그가 방금 외출했나요? 5분 후에 제가 다시 전화 걸게요.

3. Điện thoại nhà tôi chưa gọi được. Xin các anh đến kiểm tra lại.
저희 집 전화가 아직 되지 않아요. 여러분 다시 오셔서 확인해 주세요.

4. Tôi sẽ nói chuyện lại với ông ấy.
그와 다시 대화할게요.

5. Anh xem lại tin nhắn trong điện thoại đi.
전화기의 메시지를 다시 읽으세요.

6. Phải đến công ty điện thoại ký lại hợp đồng à?
통신사에 방문하여 계약서에 다시 사인해야 하나요?

Bài 4

회화 1

1. Dũng đã đi Hà Nội hai lần rồi.
융 씨는 하노이에 두 번 가 본 적이 있어요.

2. Ở Hà Nội có Hồ Gươm, Hồ Tây…….
하노이에는 호안끼엠, 서 호 등이 있어요.

3. Tom định tháng sau sẽ đi Hà Nội.
톰 씨는 다음 달에 하노이에 갈 예정이에요.

4. Dũng định giới thiệu một người quen của anh ấy cho Tom.
융 씨는 톰 씨에게 그의 지인을 한 명 소개해 줄 예정이에요.

5. Anh ấy là nhân viên một công ty du lịch.
그는 한 여행사의 직원입니다.

회화 2

1. Mary định đi du lịch ở Lào.
마리 씨는 라오스로 여행 갑니다.

2. Thứ bảy tuần sau Mary bắt đầu đi.
다음 주 토요일에 마리 씨는 여행을 시작해요.

3. Mary sẽ đi bằng xe lửa và ô tô.
마리 씨는 기차와 자동차를 타고 갈 거예요.

4. Mary sẽ đi du lịch ở Lào khoảng hai tuần.
마리 씨는 대략 2주 동안 라오스를 여행할 거예요.

연습 문제

1. Quê nội Lâm ở Huế.
럼 씨의 친가 쪽 고향은 후에입니다.

2. Chưa. John chưa (bao giờ) đi Huế.
아뇨. 존 씨는 후에에 가 본 적이 없어요.

3. Ở Huế có nhiều di tích lịch sử, văn hóa nổi tiếng.
후에에는 유명한 문화, 역사 유적지가 많이 있어요.

4. John định hè này sẽ đi Huế.
존 씨는 올해 여름 후에에 가기로 결정했어요.

5. Nếu John đến Huế, Lâm sẽ giới thiệu các bạn của anh ấy cho John.
존 씨가 후에에 가면, 럼 씨는 존 씨에게 그의 친구들을 소개할 거예요.

듣기 스크립트

John Anh đã đi Huế bao giờ chưa, anh Lâm?
Lâm Rất nhiều lần. Vì quê nội tôi ở Huế.
John Thế à? Nghe nói Huế đẹp lắm, phải không?

Lâm	Vâng. Huế rất đẹp. Ở Huế có nhiều di tích văn hóa, lịch sử nổi tiếng.
John	Tôi định hè này sẽ đi du lịch ở Huế.
Lâm	Nếu anh đến Huế, tôi sẽ giới thiệu anh với các bạn của tôi ở đó. Tôi có nhiều bạn ở Huế lắm.
John	Ồ, thế thì tốt quá. Cảm ơn anh nhiều.

2

1. Xuân sắp đi du lịch ở Thái Lan.
   쑤언 씨는 곧 태국으로 여행 가요.
2. Cô ấy sẽ ở đó năm ngày.
   그녀는 그곳에 5일 있을 예정이에요.
3. Vì cô ấy không có đủ tiền.
   왜냐하면 그녀는 돈이 충분하지 않기 때문이에요.
4. Vì chồng cô ấy không thích.
   왜냐하면 그녀의 남편이 좋아하지 않기 때문이에요.
5. Chồng cô ấy muốn đi du lịch ở Nha Trang hay Đà Lạt.
   그녀의 남편은 나트랑이나 달랏으로 여행 가고 싶어 해요.

듣기 스크립트

Thanh	Nghe nói chị sắp đi du lịch nước ngoài, phải không, chị Xuân?
Xuân	Vâng. Thứ bảy tuần sau tôi sẽ đi Thái Lan.
Thanh	Ồ, thích quá nhỉ! Thế, chị sẽ ở Thái bao lâu?
Xuân	Năm ngày. Tôi muốn ở lâu hơn nhưng không có đủ tiền. Còn chị, chị đã đi Thái Lan bao giờ chưa, chị Thanh?
Thanh	Chưa. Tôi rất muốn đi Thái Lan du lịch nhưng chồng tôi không thích. Anh ấy chỉ muốn đi du lịch Nha Trang hay Đà Lạt thôi.

3 모범 답안

1. Lần đầu tiên tôi học tiếng Việt là tháng 12 năm ngoái.
   제가 처음 베트남어 공부를 한 건 작년 12월이었어요.
2. Tôi chưa bao giờ đi Nha Trang.
   저는 나트랑에 가 본 적이 없어요.
3. Ở Viet Nam tôi muốn đi du lịch Đà Lạt nhất.
   베트남에서 저는 달랏에 가장 여행 가고 싶어요.
4. Mùa hè năm nay tôi sẽ đi Việt Nam.
   올해 여름에 저는 베트남에 갈 거예요.
5. Tôi thấy người Việt Nam rất thân thiện.
   제가 보기에 베트남 사람은 매우 친절해요.

4 모범 답안

Mùa hè năm ngoái tôi đến Việt Nam lần đầu tiên. Tôi không cần cấp visa vì tôi ở Việt Nam chỉ 10 ngày thôi. Tôi đã mua vé máy bay qua công ty du lịch. Tôi không nhớ chuyến bay số mấy mà tôi thấy cách phục vụ của tiếp viên rất tốt. Thời tiết cũng đẹp lắm nhưng sau khi đến sân bay Tân Sơn Nhất, tôi thấy rất nóng.

작년 여름에 저는 베트남에 처음으로 갔습니다. 저는 베트남에 단지 10일만 머물렀기 때문에 비자를 발급받을 필요가 없었습니다. 저는 여행사를 통해서 비행기표를 구매했습니다. 항공편 번호는 기억나지 않지만 기내 서비스가 매우 좋았습니다. 날씨도 좋았지만 공항에 도착한 후에, 제가 느끼기엔 너무 더웠습니다.

5

1. Mưa ở Huế kéo dài quá nhỉ?
   후에에는 비가 너무 오래 와, 그렇지?
2. Nha Trang dạo này nóng quá nhỉ?
   요즘 나트랑은 너무 더워, 그렇지?
3. Sao lâu quá mà máy bay vẫn chưa đến nhỉ?
   왜 이렇게 오랫동안 비행기가 오지 않을까요, 그렇죠?
4. So với trước thì giá vé đi du lịch Thái Lan khá rẻ nhỉ?
   예전보다 태국 여행 티켓 가격이 꽤 저렴한 것 같아, 그렇지?

6

Đà Lạt là một thành phố du lịch 1) nổi tiếng của Việt Nam. Năm 1893, Yersin- một bác sĩ người Pháp – đã tìm ra 2) nơi du lịch lý tưởng này. Đà Lạt ở độ cao 1500 mét so với mực nước biển, trên 3) cao nguyên Lâm Viên, cách Thành phố Hồ chí Minh khoảng 300 km về hướng 4) đông bắc Đà Lạt có rất nhiều hoa. Người ta thường nói rằng khí hậu Đà Lạt giống mùa thu nước Pháp. Đà Lạt là một nơi 5) nghỉ mát tuyệt vời.

달랏은 베트남의 유명한 여행 도시입니다. 1893년, 한 프랑스 의사인 예르생이 이 이상적인 여행지를 발견했습니다. 달랏은 해발고도 1,500미터의 럼비엔 고원 위에 있고, 호찌민에서 북동쪽으로 약 300킬로미터 떨어져 있습니다. 달랏은 매우 많은 꽃이 있습니다. 사람들은 달랏의 기후가 프랑스의 가을과 유사하다고 말합니다. 달랏은 훌륭한 휴양지입니다.

7

1. vé 티켓
2. dễ thương 귀엽다, nổi tiếng 유명하다

8

1. Đến giờ ra sân bay rồi mà Hà chưa chuẩn bị xong hành lý.
   공항에 갈 시간이 됐는데 하 씨는 아직 짐을 다 챙기지 못했어요.

2. Anh đã đi tắm biển nhiều lần rồi mà không biết bơi à?
당신은 해수욕을 하러 많이 갔는데 수영할 줄 모른다고요?

3. Không phải Tân là hướng dẫn viên du lịch mà là Vân.
여행 가이드는 떤 씨가 아니고 번 씨입니다.

4. Nhóm khách du lịch này không đi đến Huế mà chỉ đến thăm Hội An thôi.
이 여행팀은 후에에 가지 않고 호이안만 관광합니다.

5. Anh ấy không thích đi du lịch mà chỉ thích ở nhà đọc sách.
그는 여행을 좋아하지 않고 집에서 책 읽는 것만 좋아해요.

6. Phòng của anh không phải số 204 mà số 402.
그의 방은 204호가 아니라 402호입니다.

9

1. Chị thấy phong cảnh ở đây có đẹp không?
당신이 느끼기엔 여기의 풍경이 예쁜가요?

2. Chúng tôi thấy đi bằng xe lửa thú vị hơn.
우리가 느끼기에 기차를 타고 가는 것이 더 재밌어요.

3. Chúng tôi thấy người dân ở đây rất thân thiện.
우리가 느끼기에 이곳의 사람들은 매우 친절해요.

4. Tôi thấy đi du lịch bằng máy bay tiện hơn.
제가 느끼기에 비행기를 타고 여행을 가는 게 더 편해요.

5. Tôi thấy thời tiết hôm nay rất dễ chịu.
제가 느끼기에 오늘 날씨가 매우 좋아요.

6. Anh thấy khu du lịch này thế nào?
당신이 느끼기에 이 여행지는 어떤가요?

10 모범 답안

1. Tôi thấy bãi biển ở Vũng Tàu đẹp lắm.
제가 느끼기에 붕따우의 해변은 아주 예뻐요.

2. Tôi thấy Nha Trang rất nóng.
제가 느끼기에 나트랑은 너무 더워요.

3. Tôi thấy người Việt Nam tự hào.
제가 보기에 베트남 사람들은 매우 자신감이 있어요.

4. Tôi thấy áo dài Việt Nam rất trang nhã.
제가 보기에 베트남 아오자이는 매우 우아해요.

5. Tôi thấy món ăn Việt Nam rất ngon.
제가 느끼기에 베트남 음식은 매우 맛있어요.

6. Tôi thấy lớp học tiếng Việt của tôi rất hay.
제가 느끼기에 제 베트남어 수업은 너무 재미있어요.

11

1. Anh Nam đã đi Hà Nội bằng xe máy bao giờ chưa?
남 씨는 오토바이를 타고 하노이에 간 적이 있나요?

2. Chị Mai đã đi du lịch nước ngoài bao giờ chưa?
마이 씨는 해외여행을 가 본 적이 있나요?

3. Anh Tom đã đi du lịch Củ Chi bao giờ chưa?
지난주에 톰 씨는 꾸찌 관광을 간 적이 있나요?

4. Ông Hùng đã đi du lịch ở Trung Quốc bao giờ chưa?
훙 씨는 중국에 간 적이 있나요?

5. Ông Lâm đã nghỉ ở khách sạn Palace ở Đà Lạt bao giờ chưa?
럼 씨는 달랏 팔라스 호텔에 묵어본 적이 있나요?

6. Chị Kim đã đi du lịch ở đảo Phú Quốc bao giờ chưa?
낌 씨는 푸꾸옥 섬에 여행 간 적이 있나요?

12 모범 답안

1. Nghe nói hôm nay chị Marie bị đau đầu.
듣자 하니 마리애 씨는 오늘 머리가 아프대요.

2. Nghe nói từ đây đến Vũng Tàu khoảng 100 ki lô mét vậy.
듣자 하니 여기서 붕따우까지 약 100킬로미터래요.

3. Nghe nói công ty du lịch đó phục vụ khách tốt lắm.
듣자 하니 그 여행사의 고객 서비스가 아주 좋대요.

4. Nghe nói gia đình chị Hòa định đi du lịch Thái Lan 4 ngày.
듣자 하니 화 씨네 가족은 태국으로 4일 동안 여행을 간대요.

5. Nghe nói ở Hà Nội có nhiều cảnh đẹp.
듣자 하니 하노이에는 경치 예쁜 곳이 많대요.

6. Nghe nói anh Lâm sẽ hướng dẫn chúng ta đi xem các di tích ở Huế.
듣자 하니 럼 씨가 후에의 유적지들을 보러 우리를 안내해 줄 거래요.

7. Nghe nói ở Thành phố Hồ Chí Minh, quận 5 có nhiều chùa của người Hoa nhất.
듣자 하니 5군에 중국식 사찰들이 가장 많이 있대요.

13 모범 답안

1. Tôi không muốn đọc sách mà muốn xem phim.
저는 책을 읽고 싶지 않지만 영화는 보고 싶어요.

2. Tôi không muốn đi du lịch mà cũng không muốn chỉ ở nhà thôi.
저는 여행을 가고 싶지 않지만 집에만 있고 싶지도 않아요.

3. Từ đây đến đó không xa mà cũng không đi bộ được.
여기에서 거기까지 멀지 않지만 걸어갈 수도 없어요.

4. Khách sạn ấy không rẻ mà cũng không sạch.
그 호텔은 저렴하지 않지만 깨끗하지도 않아요.

5. Nghe nói anh ấy sẽ đi du lịch Đà Lạt.
듣자 하니 그는 달랏 여행을 갈 거래요.

6. Anh đã gặp người nổi tiếng bao giờ chưa?
당신은 유명한 사람을 만나본 적 있나요?

7. Tôi chưa bao giờ ăn bún chả.
저는 분짜를 먹어 본 적이 없어요.

14 모범답안

Tôi đã đi du lịch Việt Nam nhiều lần rồi. Tôi thấy người Việt Nam rất thân thiện. Các món ăn Việt Nam ở miền nào cũng ngon lắm. Tôi đã đến Hà Nội, Nha Trang, Đà Nẵng, Huế và Vũng Tàu. Trong đó, tôi thấy biển Nha Trang rất đẹp. Nghe nói hàng năm có rất nhiều khách đến Nha Trnag để tắm biển.

저는 베트남에 여러 번 여행을 다녀왔습니다. 제가 느끼기에 베트남 사람들은 매우 친절합니다. 베트남의 음식들은 어떤 지역이든 아주 맛있습니다. 저는 하노이, 나트랑, 다낭, 후에와 붕따우에 갔습니다. 그중에서, 제가 보기에 나트랑의 바다가 매우 예뻤습니다. 듣자 하니 매년 매우 많은 여행객들이 나트랑에 해수욕을 하러 온다고 합니다.

Bài 5

회화 1

1. Phòng đơn giá hai trăm năm chục ngàn một đêm.
   싱글룸은 1박에 25만 동입니다.
2. Trong phòng có máy lạnh, ti vi, điện thoại và tủ lạnh.
   방 안에는 에어컨, 텔레비전, 전화기와 냉장고가 있어요.
3. Ông Smith sẽ thuê bốn đêm.
   스미스 씨는 4박을 머무를 예정입니다.
4. Phòng ông ấy số 309, ở trên tầng 3.
   그의 방은 3층의 309호실입니다.
5. Nhà hàng của khách sạn ở tầng 1.
   호텔의 레스토랑은 1층에 있어요.

회화 2

1. Yoko định trả phòng lúc 4 giờ.
   요코 씨는 4시에 퇴실할 예정입니다.
2. Yoko nhờ anh tiếp tân gọi taxi và cho người mang hành lý ra xe.
   요코 씨는 프런트 직원에게 택시와 차에 짐을 싣는 것을 도와줄 사람을 불러줄 것을 부탁했어요.
3. Tiền phòng của Yoko tất cả là 110 đô la.
   요코 씨의 숙박비는 총 110달러입니다.

말하기 연습

3

1. Vé may bay ở trên bàn. 비행기 티켓은 책상 위에 있어요.
2. Máy lạnh ở trên tường. 에어컨은 벽에 붙어 있어요.
3. Chị Hải đang ở trong bếp. 하이 씨는 지금 부엌 안에 있어요.
4. Nam và Nga ở ngoài sân. 남 씨와 응아 씨는 마당 밖에 있어요.

4 모범답안

1. Khi đi du lịch, tôi thích sống ở nhà trọ. Vì tôi có thể tiết kiệm chi phí.
   여행 갈 때, 저는 여관에서 묵는 것을 선호해요. 왜냐하면 경비를 절약할 수 있기 때문이에요.
2. Tôi sẽ thuê phòng đơn. Vì tôi thích không gian riêng biệt để thư giãn.
   저는 싱글룸에서 머무를 것입니다. 왜냐하면 저는 개인적인 공간에서 휴식을 취하는 것을 좋아하기 때문이에요.
3. Khi đi du lịch, tôi chọn xe máy. Vì xe máy rẻ và có thể di chuyển thoải mái.
   여행 갈 때, 저는 오토바이를 선택할 거예요. 왜냐하면 오토바이는 저렴하고 이동이 자유롭기 때문입니다.

연습 문제

1. Tùng muốn thuê phòng đơn.
   뚱 씨는 싱글룸을 빌리길 원해요.
2. Phòng đơn giá hai trăm năm chục ngàn một đêm.
   싱글룸은 1박에 250.000동입니다.
3. Tùng sẽ thuê hai đêm.
   뚱 씨는 2박 머무를 예정입니다.
4. Chiều mai Tùng sẽ đến khách sạn.
   내일 오후에 뚱 씨는 호텔에 도착할 것입니다.

듣기 스크립트

Tiếp tân	A-lô, Khách sạn Quê Hưng xin nghe.
Tùng	A-lô, tôi muốn thuê một phòng. Cô làm ơn cho tôi hỏi: Giá phòng bao nhiêu một đêm?
Tiếp tân	Ông muốn thuê phòng loại nào ạ? Phòng đơn hay phòng đôi?
Tùng	Phòng đơn.
Tiếp tân	Dạ, phòng đơn giá 500.000 đồng một đêm.
Tùng	Cô cho tôi thuê một phòng đơn. Chiều mai tôi sẽ đến.
Tiếp tân	Vâng. Ông sẽ ở mấy đêm ạ?
Tùng	Hai đêm.
Tiếp tân	Thưa, hai đêm, phải không ạ? Xin lỗi, ông tên là gì ạ?
Tùng	Tùng. Nguyễn Thanh Tùng.

1. Tân định đi Vũng Tàu hai ngày.
   떤 씨는 붕따우에 이틀 머무를 예정이에요.

2. Tân muốn thuê khách sạn lớn, gần bãi biển.
떤 씨는 크고 해변과 가까운 호텔의 방을 빌리고 싶어 해요.

3. Vợ Tân không đồng ý với anh ấy. Vì giá đắt.
떤 씨의 아내는 그에게 동의하지 않았어요. 왜냐하면 가격이 비싸기 때문이에요.

4. Cuối cùng, họ quyết định đi Vũng Tàu một ngày.
결국, 떤 씨 부부는 붕따우에 하루 머무르기로 결정했어요.

듣기 스크립트

Tân Nóng quá. Tuần sau mình đi Vũng Tàu nghỉ mát đi, em.

Vợ Tân Vâng, cũng lâu rồi chúng ta chưa đi Vũng Tàu. Thế, anh định đi ngày nào?

Tân Trưa thứ bảy đi, chiều chủ nhật về. Anh thích đi dạo ban đêm trên bãi biển. Tuyệt lắm.

Vợ Tân Ở Vũng Tàu hai ngày à? Vậy, anh định ở khách sạn nào?

Tân Chà…… Để xem……. Có lẽ lần này mình thuê phòng ở một khách sạn lớn, gần bãi biển.

Vợ Tân Nhưng anh có biết ở khách sạn lớn bao nhiêu tiền một đêm không?

Tân Anh không biết. Nghe nói mùa này ít du khách, giá khách sạn không đắt lắm.

Vợ Tân Nhưng ít nhất cũng phải hơn ba trăm ngàn một đêm.

Tân Ừ. Có lẽ khoảng trên ba trăm ngàn một đêm.

Vợ Tân Đắt quá, anh à. Hay là mình chỉ đi trong ngày thôi, không phải thuê khách sạn?

Tân Ừ nhỉ, có lẽ em nói đúng đấy. Lần này chúng ta chỉ đi một ngày thôi cũng được. Sang năm chúng ta sẽ ở lại Vũng Tàu ban đêm.

3

Hè năm ngoái tôi đã đi 1) du lịch ở Nha Trang một tuần. Tôi thuê một phòng đơn, ở trên 2) tầng hai của một khách sạn nhỏ. Khách sạn này nằm cách 3) bờ biển không xa lắm. Trong phòng chỉ có một cái tủ lạnh nhỏ và một cái ti vi cũ. Phòng tuy không rộng, không 4) tiện nghi lắm nhưng tôi cảm thấy rất thoải mái, 5) dễ chịu. Buổi sáng và buổi chiều, từ cửa sổ phòng nhìn ra biển, 6) phong cảnh thật là đẹp.

작년 여름 저는 나트랑으로 일주일간 여행을 갔어요. 저는 한 작은 호텔의 2층에 있는 싱글룸을 빌렸습니다. 이 호텔은 해변과 거리가 그다지 멀지 않아요. 방 안에는 작은 냉장고 한 개와 오래된 텔레비전 하나 밖에 없었어요. 방은 비록 넓지 않았고, 그다지 편안하지 않았지만 저는 매우 마음 편하고 아늑하게 지냈어요. 아침과 오후에 방 창문을 통해 바다를 보면, 풍경은 정말로 아름다웠어요.

4

1. đi tham quan(관광하다), chụp ảnh(사진 찍다), nghỉ ngơi thoải mái(편안하게 휴식하다): Khách du lịch (du khách)(여행객)
2. đưa khách đi tham quan(여행객들을 데리고 가다), hướng dẫn(안내하다), giải thích cho khách(고객들에게 설명하다): Hướng dẫn viên du lịch(여행 가이드)
3. chở khách đến điểm du lịch(여행지로 손님을 데려다 주다), đưa khách về khách sạn(호텔로 손님을 데려다 주다): Tài xế xe du lịch(관광버스 운전기사)
4. sắp xếp phòng cho khách(방을 배치하다), nhận trả hoặc đổi phòng cho khách(방을 바꾸거나 체크아웃을 받는다): Tiếp tân khách sạn(호텔 프런트 직원)

5

1. Cô cho tôi thuê một phòng đơn.
제게 싱글룸 하나를 대여해 주세요.
2. Nhờ cô cho người mang giùm ra xe hành lý của tôi.
제 짐을 차에 실어줄 사람을 불러 주시길 부탁드려요.
3. Chúng tôi muốn thuê một chiếc xe du lịch đi Đà Lạt.
우리는 달랏으로 여행 가는 차 한 대를 렌트하고 싶어요.
4. Tuy không giàu nhưng anh ấy rất thích đi du lịch.
비록 부유하지 않지만 그는 여행 가는 걸 매우 좋아해요.
5. Nghe nói mùa này phòng ở khách sạn không đắt lắm.
듣자 하니 이 시즌에 호텔의 방은 그다지 비싸지 않아요.

6

1. Tuy giá rẻ nhưng khách sạn đó phục vụ không tốt.
비록 가격은 저렴하지만 그 호텔은 서비스가 좋지 않아요.
2. Tuy không phải mùa du lịch nhưng khách sạn này không còn phòng trống.
비록 여행 성수기는 아니지만 이 호텔은 빈 방이 남아있지 않아요.
3. Khách sạn chúng tôi đang ở tuy giá thuê phòng hơi đắt nhưng phục vụ rất tốt.
지금 우리가 머무르고 있는 호텔은 비록 숙박비가 조금 비싸지만 서비스가 매우 좋아요.
4. Phòng này tuy không rộng nhưng rất sạch sẽ, tiện nghi.
이 방은 비록 넓지 않지만 깨끗하고 편리해요.
5. Tuy rất giàu nhưng ông ấy thích đi du lịch ba lô.
비록 매우 부유하지만 그는 배낭여행을 좋아해요.
6. Tuy không có nhiều tiền nhưng chúng tôi năm nào cũng đi du lịch.
비록 돈이 많이 있지 않지만 우리는 매년 여행을 가요.

7

1. Nhờ cô gọi xe taxi giùm / giúp / hộ tôi.
택시를 불러 주세요.

2. Nhờ cô hỏi giá vé máy bay từ Nha Trang – Hà Nội là bao nhiêu giùm / giúp / hộ tôi.
나트랑-하노이 비행기표가 얼마인지 물어봐 주세요.

3. Nhờ công ty cho người mang vé máy bay đến nhà giùm / giúp / hộ tôi.
회사에서 저희 집으로 비행기 티켓을 보내 주세요.

4. Nhờ anh cho người sửa cái máy lạnh trong phòng giùm / giúp / hộ tôi.
에어컨을 고쳐 줄 사람을 방으로 불러 주세요.

5. Nhờ anh (cho người) mở cửa sổ phòng giùm / giúp / hộ tôi.
방에 창문을 열어 주세요.(열어줄 사람을 불러 주세요).

6. Nhờ anh thuê một chiếc xe du lịch đi Cần Thơ giùm / giúp / hộ tôi.
껀터로 가는 관광버스 한 대를 렌트하는 걸 도와주세요.

8

1. Nhờ anh mang hành lý ra xe giúp tôi nhé.
짐을 차에 싣도록 도와주세요.

2. Sáng nay có một bức thư gửi đến cho cô, thưa cô.
오늘 아침에 선생님께 편지가 하나 왔어요.

3. Thưa ông, ông (có) thuê xe máy không?
선생님께서는 오토바이를 렌트하시나요?

4. Chúng tôi chỉ còn một phòng đôi ở tầng 7 thôi. Bà có thuê không, thưa bà?
저희는 7층에 있는 더블룸 하나만 남아있어요. 예약하시겠습니까, 선생님?

5. Nhờ anh cho người lên phòng 305 mở cửa vào phòng giúp chúng tôi ạ.
305호실에 문을 열고 방에 들어가도록 사람 좀 불러 주세요.

6. Thưa ông bà, đến sáng mai chúng tôi mới có phòng trống để đổi cho ông bà ạ.
죄송하지만, 내일 아침에서야 여러분께 바꿔드릴 수 있는 빈 방이 생깁니다.

7. A-lô, phòng 431 phải không ạ? Thưa ông, hôm nay ông và gia đình có ăn sáng với đoàn không ạ?
여보세요, 431호실 맞습니까? 선생님, 오늘 선생님과 가족분들은 일행분들과 조식을 드시나요?

9 모범 답안

1. Khách sạn này tuy nhỏ nhưng rất thoải mái.
이 호텔은 작지만 매우 편안해요.

2. Phòng này tuy không có máy lạnh nhưng thoáng mát.
이 방은 에어컨이 없지만 시원해요.

3. Tuy không có tiền nhưng nó thích đi du lịch nước ngoài.
그는 돈이 없지만 해외여행을 좋아해요.

4. Tuy đã gọi điện thoại đặt phòng trước nhưng khách sạn không còn phòng trống.
프런트에 전화했지만 호텔은 빈 방이 남아 있지 않아요.

5. Tuy già nhưng năm nào bố mẹ tôi cũng đi du lịch ba-lô.
연세가 드셨지만 저희 부모님은 매년 배낭여행을 가요.

6. Tuy không đi du lịch nhiều nhưng vẫn vui trong nhà.
여행을 많이 안 갔지만 집 안에서도 여전히 즐거워요.

10 모범 답안

Tháng 7 năm nay, tôi đã đi chuyến du lịch ở Thành phố Hồ Chí Minh một tuần. Tôi thuê một phòng đơn, ở trên tầng ba của một khách sạn nhỏ. Khách sạn này nằm trên đường Phạm Ngũ Lão. Khách sạn không xa phố Tây Bùi Viện. Trong phòng có máy lạnh, tủ lạnh và một cái giường lớn. Phòng tuy không rộng nhưng tôi cảm thấy rất thoải mái. Phục vụ khách sạn tốt và bữa ăn sáng cũng rất ngon.

올해 7월 저는 호찌민시에 일주일 동안 여행을 갔습니다. 저는 한 작은 호텔의 3층에 있는 싱글룸에 묵었어요. 이 호텔은 팜 응우 라오 길에 위치해 있습니다. 호텔은 여행자 거리와 멀지 않았어요. 방 안에는 에어컨, 냉장고와 큰 침대가 하나 있었어요. 방은 비록 넓지 않았지만 저는 아주 편안함을 느꼈어요. 호텔의 서비스도 좋고, 조식도 매우 맛있었습니다.

Bài 6

회화

1. Bà hàng xóm của bà Tư có hai chiếc xe hơi.
뜨 씨의 이웃은 자동차를 두 대 가지고 있어요.

2. Bà ấy mới mua ba bức tranh. Giá mỗi bức hơn mười triệu đồng.
그녀는 최근에 그림 세 점을 샀어요. 각 그림의 가격은 천만 동이 넘어요.

3. Ba ấy nuôi hơn hai trăm con bò sữa.
그녀는 200마리 이상의 젖소를 기르고 있어요.

4. Cái nhà bà ấy xây ở nông trại trông giống như một tòa lâu đài.
농장에 지은 그녀의 집은 한 채의 성 같아요.

5. Chồng bà ấy không những làm ăn giỏi mà còn rất thương yêu vợ con.
그녀의 남편은 사업도 잘할 뿐만 아니라 아내와 자녀를 아주 아껴요.

말하기 연습

1 모범 답안

1. Trong phòng có một bức tranh.
방 안에 그림 한 점이 있습니다.

Trong phòng có một cái bàn.
방 안에 책상 한 개가 있습니다.

2. Ngoài đường có năm chiếc xe hơi.
거리에 차 다섯 대가 있습니다.
Ngoài đường có một cái ngân hàng.
거리에 은행 한 개가 있습니다.

3. Trên bàn có một cái ly.
책상 위에 유리컵 하나가 있습니다.
Trên bàn có một cái điện thoại.
책상 위에 전화기 하나가 있습니다.

2 모범답안

A-lô, cô làm ơn cho hỏi. Đó là nhà hàng Miền Tây phải không ạ? Tôi muốn đặt một bàn cho 6 người ăn. Tôi sẽ đặt 6 cuốn chả giò và 2 đĩa tôm nướng. Chúng tôi sẽ uống 3 chai bia và 3 lon nước ngọt. À, tối nay, tôi sẽ đến nhà hàng lúc 7 giờ.

여보세요. 뭐 좀 여쭤볼게요. 미엔 떠이 레스토랑이 맞나요? 저는 6인 테이블을 예약하고 싶어요. 저는 짜조 6개와 새우 구이 두 접시를 주문할 거예요. 우리는 맥주 3병과 탄산음료 3캔을 마실 거예요. 아, 오늘 저녁 저는 7시에 식당에 도착할 것입니다.

연습 문제

1

1. Cô ấy muốn mua cái túi xách màu nâu.
그녀는 갈색 가방을 사고 싶어 합니다.
2. Cô ấy muốn mua cái túi xách to hơn.
그녀는 더 큰 가방을 원해요.
3. Giá của cái túi xách đó là hai trăm ngàn đồng.
그 가방의 가격은 200,000동입니다.
4. Người bán đề nghị cô ấy mua cái túi xách màu đen.
점원은 여자에게 검은색 가방을 추천했어요.

듣기 스크립트

Người bán	Mời cô vào. Cô mua giày phải không ạ? Tiệm chúng tôi có nhiều giày kiểu mới lắm. Mời cô xem thử.
Cô gái	Dạ, không ạ. Tôi chỉ muốn xem mấy cái túi xách thôi.
Người bán	Cô muốn xem túi xách nào?
Cô gái	Cái màu nâu kia.
Người bán	Dạ, đây. Mời cô xem thử.
Cô gái	Cái này hơi nhỏ. Ở đây có túi xách nào to hơn cái này không, chị?
Người bán	Dạ, có chứ. Mời cô xem thử cái này.
Cô gái	Cái túi xách này giá bao nhiêu vậy, chị?
Người bán	Dạ, 200.000 đồng.
Cô gái	Mắc quá. 150.000, được không, chị?
Người bán	Dạ, không được. Hay là cô lấy cái màu đen kia đi. Giá chỉ 145.000 thôi.
Cô gái	Dạ, không, cám ơn chị. Tôi chỉ thích màu nâu thôi.

2

1. Phòng đơn giá rẻ nhất là 500ngàn một đêm.
가장 저렴한 싱글룸은 1박에 50만 동입니다.
2. Phòng đơn giá đắt nhất là 1triệu một đêm.
가장 비싼 싱글룸은 1박에 백만 동입니다.
3. Vì phòng rộng, đầy đủ tiện nghi thì giá đắt, còn phòng hẹp hơn, ít tiện nghỉ thì giá rẻ hơn.
왜냐하면 넓고 시설이 잘 갖춰진 객실은 가격이 비싸고, 더 좁고 시설이 덜 갖춰진 방이 더 저렴하기 때문이에요.
4. Đầu tháng sau người bà con của Hoàng sẽ về nước.
다음 달 초에 호앙 씨의 친척은 귀국할 것입니다.

듣기 스크립트

Tiếp tân	A-lô, Khách sạn Quê Hương xin nghe.
Hoàng	A-lô, cô làm ơn cho hỏi: Phòng đơn giá bao nhiêu một đêm?
Tiếp tân	Dạ, có ba loại giá: 500ngàn, 700ngàn và 1triệu. Phòng nào cũng có tivi, máy lạnh, tủ lạnh.
Hoàng	Nhưng sao giá khác nhau vậy, cô?
Tiếp tân	Dạ, nếu phòng rộng, đầy đủ tiện nghi thì giá là 1 triệu. Nếu phòng hẹp hơn, ít tiện nghi hơn thì giá rẻ hơn.
Hoàng	À, tôi hiểu rồi.
Tiếp tân	Dạ, xin lỗi, anh muốn đăng ký mấy đêm ạ?
Hoàng	Ồ, không. Tôi hỏi giùm cho một người bà con. Đầu tháng sau ông ấy sẽ về nước.
Tiếp tân	Vậy, khi nào ông ấy về nước, xin anh vui lòng giới thiệu ông ấy đến khách sạn chúng tôi nhé.

3 모범답안

1. cái điện thoại 전화기, cái ghế 의자
2. con mèo 고양이, con bò 소
3. chiếc xe máy 오토바이, chiếc xe đạp 자전거
4. bức thư 편지, bức tưởng 벽
5. quyển sách 책, quyển tạp chí 잡지

4

1. thuốc cảm 감기약
2. chật 좁다, rộng 넓다
3. gọi 전화를 걸다, nhắn 메시지를 남기다
4. tiện nghi 편안하다, thoáng mát 시원하다

5 모범답안

1. Chắc là khoảng một tuần. 아마도 일주일 정도요.
2. Chắc là anh ấy có việc quan trọng ở Hà Nội.
   아마 그는 하노이에 중요한 일이 있을 거예요.
3. Chắc là ông Thu bận rộn nên ông ấy sẽ đến sau 7 giờ tối.
   아마 투 씨가 바쁘셔서 그는 저녁 7시 이후에 올 거예요.
4. Chắc là có, tuy chủ nhà không thích.
   아마 그럴 거예요. 비록 집주인이 좋아하진 않지만요.
5. Chắc là bà Mai chưa ra viện được.
   아마도 마이 씨는 아직 퇴원할 수 없을 거예요.
6. Chắc là tôi làm việc một mình thì không thể làm xong được.
   아마 저 혼자 일하면 끝낼 수 없을 거예요.

6

1. Vì ghi nhầm số nên hôm qua tôi gọi cho chị không được.
   전화번호를 잘못 적어서 어제 저는 언니에게 전화를 걸지 못했어요.
2. Vì hết tiền nên chúng tôi không đi du lịch được.
   돈이 다 떨어졌기 때문에 우리는 여행을 갈 수 없어요.
3. Phòng anh Vinh đang thuê tuy không rộng nhưng rất sạch sẽ, tiện nghi.
   빈 씨가 현재 빌린 방은 비록 넓지 않지만 매우 깨끗하고 잘 갖춰져 있어요.
4. Tuy sáng nay Linda đã gọi điện trước nhưng bây giờ taxi vẫn chưa đến.
   비록 오늘 아침 린다가 미리 전화를 했지만 택시는 아직도 도착하지 않았어요.
5. Vì hành lý nhiều quá nên anh ấy giúp tôi mang ra xe.
   짐이 너무 많기 때문에 그가 차에 싣는 것을 도와줍니다.
6. Vì máy ảnh của tôi hết pin rồi nên bây giờ tôi không chụp ảnh cho cô được.
   제 카메라는 배터리가 다 떨어져서 지금 나는 당신 사진을 찍어줄 수 없어요.
7. Vì giá thuê phòng quá cao nên chúng tôi chẳng bao giờ đến đấy nữa.
   객실 대여 가격이 너무 비싸서 우리는 더는 그곳에 가지 않을 거예요.

7

1. Nhờ anh gọi taxi giùm tôi.
   택시를 부르도록 도와주세요.
2. Xin cô nói lại một lần nữa.
   한 번 더 말씀해 주세요.
3. Hình như ông ấy mới đi ra ngoài.
   그는 방금 나가신 것 같아요.
4. Bà thấy trong người thế nào?
   당신은 몸 상태가 어때요?
5. Nghe nói chuyến bay VN 320 sẽ đến lúc 4 giờ chiều.
   듣자 하니 VS320 항공편은 오후 4시에 도착할 거예요.
6. Chúng tôi thấy đi bằng xe lửa thú vị hơn.
   우리는 기차를 타고 가는 게 더 재밌어요.
7. Tuy bị ốm nhưng Hà không muốn đi khám bệnh.
   비록 아프더라도 하 씨는 병원에 가기를 원하지 않아요.

8

1. Bà Chín mới mua một cái máy giặt nhưng sáng nay nó đã bị hỏng.
   찐 씨는 최근 세탁기를 하나 샀지만 오늘 아침 고장이 났어요.
2. Chị Youn bị mất chìa khóa phòng.
   윤 씨는 방 열쇠를 잃어버리게 되었어요.
3. Bích được Sơn mời đi Mỹ Tho chơi.
   빅 씨는 선 씨로부터 미토로 놀러 오라고 초대를 받았어요.
4. John được anh Nam đưa đi xe một số nhà cho thuê.
   존 씨는 남 씨가 데려다 주어 렌트할 몇몇의 집을 보러 가게 되었어요.
5. Các cô ấy được chủ vườn tặng cho nhiều xoài và chôm chôm.
   그녀들은 정원 주인으로부터 많은 망고와 람부탄을 선물 받았어요.
6. Vì không trả tiền nhà nên anh ấy bị chủ nhà mời ra khỏi nhà.
   집세를 내지 않아서 그는 집주인으로부터 쫓겨났어요.

9 모범답안

Tôi cũng là một người thích đi du lịch ba lô. Theo tôi, có nhiều lý do hấp dẫn nhiều người thích đi du lịch ba lô. Đầu tiên, khi đi du lịch ba lô, tôi có thể tự quyết định lịch trình và điểm đến. Tôi có thể thay đổi kế hoạch một cách linh hoạt. Ngoài ra, du lịch ba lô được tiết kiệm chi phí hơn so với các tour du lịch khác.

저 또한 배낭여행을 좋아하는 한 사람입니다. 많은 사람들이 배낭여행을 좋아하는 매력적인 이유가 많이 있다고 생각합니다. 먼저, 배낭여행을 가면 제가 여행지와 여정을 스스로 결정할 수 있습니다. 저는 유동적으로 계획을 바꿀 수 있습니다. 그 외에도, 배낭여행은 다른 여행 투어에 비해 경비를 절약하게 됩니다.

Bài 7

회화

1. Bà Minh gặp chủ nhà để hỏi thuê nhà.
   민 씨는 집을 빌리기 위해 집주인을 만났어요.
2. Ngôi nhà này đã được xây sáu năm rồi.
   이 집은 지어진 지 6년 되었어요.
3. Tất cả các phòng đều được trang bị quạt trần.
   모든 방에는 천장형 선풍기가 갖춰져 있어요.
4. Bà Minh thấy phòng ngủ rất đẹp nhưng nhà bếp thì quá chật, nhà vệ sinh thì quá rộng.
   민 씨는 침실은 매우 예쁘지만 부엌이 너무 좁고 화장실이 너무 넓다고 생각해요.
5. **모범 답안**
   Theo tôi, bà Minh không muốn thuê ngôi nhà này. Vì bà ấy thấy ngôi nhà này hơi đắt.
   제 생각에, 민 씨는 이 집을 빌리고 싶지 않아요. 왜냐하면 그녀는 집이 좀 비싸다고 생각하기 때문이에요.

말하기 연습

3 모범 답안

Nơi ở của tôi là một căn hộ chung cư. Nhà tôi nằm ở thành phố Seoul, Hàn Quốc. Nhà tôi nằm ở khu dân cư yên tĩnh và gần trung tâm thành phố. Diện tích căn hộ là khoảng 70 mét vuông. Nhà tôi bao gồm 2 phòng ngủ, 1 phòng khách, 1 phòng bếp và 1 phòng tắm. Những phòng trong nhà tôi thì rộng rãi, nhưng các cửa sổ thì hơi nhỏ. Tuy cửa sổ nhỏ nhưng có ánh sáng mặt trời đầy đủ.

제가 사는 곳은 한 아파트입니다. 저희 집은 한국 서울시에 위치해 있습니다. 저희 집은 조용한 주택가에 있으며 시내 중심가와 가깝습니다. 면적은 70제곱미터 정도입니다. 저희 집은 침실 2개, 거실 1개, 부엌 1개 그리고 욕실이 하나 있습니다. 저희 집 안의 방들은 넓지만 창문이 작습니다. 비록 창문은 작지만 충분히 햇빛이 잘 들어옵니다.

4 모범 답안

A Nhà này có bán không ạ?
이 집 파시나요?

B Vâng. Chị muốn mua nhà à? Mời chị xem thử ạ.
네. 당신은 집을 사고 싶나요? 여기 보세요.

A Ngôi nhà này có diện tích bao nhiêu?
이 집은 면적이 몇 인가요?

B Ngôi nhà này có diện tích từ 4 mét đến 16 mét vuông với 1 trệt và 3 lầu.
이 집은 지상층 하나와 세 개의 층이 있고, 면적은 총 4mx16m입니다.

A Nhà này có mấy phòng ngủ vậy?
이 집은 몇 개의 침실이 있나요?

B Có 4 phòng ngủ và 3 toilet. Còn nhà này có 1 bếp và sân thượng. Trong nhà đầy đủ tiện nghi và rất yên tĩnh.
침실 4개와 화장실 3개요. 그리고 이 집은 부엌 하나와 옥상이 있어요. 집 안은 시설이 잘 갖춰져 있고 매우 조용해요.

A Tốt lắm. Nhà này giá bao nhiêu ạ?
정말 좋네요. 이 집은 가격이 얼마인가요?

B Giá thì có thể thương lượng chị.
가격은 협의할 수 있어요.

5 모범 답안

1. Phòng ngủ này có một cái giường và một cái TV. Trong phòng có nhiều sách.
   이 침실에는 침대 하나와 텔레비전 하나가 있습니다. 방 안에는 책이 많이 있습니다.
2. Phòng ăn này có một cái bàn ăn rất lớn và hai cái ghế. Một cái ghế là màu hồng, còn một cái khác là màu vàng.
   이 식당은 매우 큰 식탁 하나와 의자 두 개가 있습니다. 의자 하나는 분홍색이며, 다른 하나는 노란색입니다.
3. Trong bếp có một cái tủ lạnh nhỏ. Trong phòng có cái cửa sổ và nhiều đồ nấu ăn.
   부엌에는 작은 냉장고가 하나 있습니다. 방 안에는 창문 하나와 많은 조리 기구들이 있습니다.

연습 문제

1

1. Bà Tuyết mới mua nhà ở đường Pasteur.
   뚜엣 씨는 최근 파스퇴르 거리에 있는 집을 샀어요.
2. Căn nhà đó giá ba trăm cây vàng.
   그 집은 가격이 금 300돈입니다.
3. Chiếc xe hơi bà Tuyết mới mua giá 1.3tỉ.
   뚜엣 씨가 최근에 새로 산 자동차는 13억 동입니다.
4. Căn nhà bà Tuyết định mua thêm ở đường Ba tháng hai.
   뚜엣 씨가 추가로 구매하기로 한 집은 바 탕 하이 거리에 있습니다.
5. Chủ nhà chưa đồng ý bán vì bà Tuyết trả chưa được giá.
   집주인이 아직 집을 파는 데 동의하지 않았습니다.

듣기 스크립트

A Chị biết bà Tuyết không?
B Biết. Sao? Có chuyện gì?
A Bà ấy mới mua một căn nhà ở đường Pasteur.
B Mới mua nhà ở đường Pasteur? Giá bao nhiêu?
A 300 cây vàng.
B 300 cây vàng. Chà, bà ấy giàu quá nhỉ!

A Bà ấy cũng mới vừa mua thêm một chiếc xe hơi nữa.
B Mới mua thêm một chiếc xe hơi nữa à?
A Chị biết chiếc xe đó giá bao nhiêu không?
B Bao nhiêu?
A 1,3 tỉ (đồng).
B 1,3 tỉ (đồng)?
A Ừ. Chị biết không, bà ấy còn định mua thêm một căn nhà ở đường 3 Tháng 2 nữa đó.
B Mua thêm một căn nhà nữa à?
A Ừ. Bà ấy trả 250 cây vàng, nhưng người bán chưa đồng ý.
B 250 cây vàng. Giàu kinh khủng!

2

1. Ông Morita là chủ của năm ngân hàng.
   모리타 씨는 5개 은행을 소유하고 있습니다.
2. Ông ấy có nhà cho thuê ở New York, London, Paris…….
   그는 뉴욕, 런던, 파리 등에 집을 임대하고 있어요.
3. Ông ấy có ba ngôi biệt thự.
   그는 고급 빌라 세 채를 가지고 있어요.
4. Những ngôi biện thự đó ở Tokyo, miền Nam và miền Bắc nước Nhật.
   그 고급 빌라들은 도쿄와 일본의 남부 지역과 북부 지역에 위치해 있어요.

듣기 스크립트

Ông Morita là một trong những người giàu nhất nước Nhật. Tài sản của ông ấy hơn 10 tỷ đô-la Mỹ. Ong Morita là chủ của 5 ngân hàng lớn ở Anh, Pháp, Mỹ và Đức. Ông ấy có nhiều nhà cho thuê ở các thành phố lớn trên thế giới như New York, London, Paris……. Ông Morita có 3 ngôi biệt thự: một ở Tokyo, một ở miền Nam và một ở miền Bắc nước Nhật.

3

1. Chị muốn biết thêm những gì về ngôi nhà đó?
   언니는 그 집에 대해 더 알고 싶은 것들이 있나요?
2. Những người đã đến đây xem nhà vào lúc 9 giờ sáng có nói gì không?
   아침 9시에 집을 보러 온 사람들이 뭐라고 말했나요?
3. Các anh ấy muốn thuê một căn hộ trong chung cư này.
   그들은 이 아파트에서 한 호수를 빌리고 싶어 해요.
4. Hôm qua anh đã đi những đâu?
   어제 형은 어떤 곳들을 갔나요?
5. Tất cả các phòng trong khách sạn này không tiện nghi lắm.
   이 호텔의 모든 객실들은 그다지 편안하지 않아요.
6. Chủ nhà nói là tất cả các phòng đều có máy lạnh, trừ phòng khách.
   집주인이 말하길 거실을 제외한 모든 방에는 에어컨이 있대요.
7. Ông ấy biết tất cả các/những nhà trọ rẻ tiền ở Đà Lạt.
   그는 달랏에 모든 저렴한 여관들을 알고 있어요.
8. Mười hai giờ đêm, tất cả các quán ở thành phố này đều đóng cửa.
   밤 12시에 이 도시의 모든 상점들은 문을 닫아요.

4

1. tiền nhà, phòng ngủ, nhà bếp, giường, lầu, máy lạnh, tầng trệt, giá
   집세, 침실, 부엌, 침대, 층, 에어컨, 지상층, 가격
2. tiện, chật, mới, rộng, đắt
   편리하다, 좁다, 새롭다, 넓다, 비싸다
3. thuê, trả, xem, trang trí
   빌리다, 비용을 지불하다, 보다, 꾸미다

5

1. Nhà bếp thì sạch sẽ, nhà vệ sinh thì hơi bẩn.
   부엌은 깨끗하지만 화장실은 더러워요.
2. Ngôi nhà này thì nhỏ, tòa biệt thự kia thì lớn.
   이 집은 작고 저 빌라는 커요.
3. Gía thuê nhà ở đây thì hợp lý, giá thuê nhà ở Quận 3 thì khá cao.
   여기의 집세는 합리적이지만 3군의 집세는 꽤 비싸요.
4. Sân trước thì có cây xanh, sân sau thì hẹp và không có cây.
   앞뜰은 녹지가 있지만, 뒤뜰은 좁고 나무가 없어요.
5. Thuê nhà ở khu trung tâm thì tiện đi lại, thuê nhà ở ngoại ô thì yên tĩnh.
   도심에서 집을 렌트하면 이동이 편리하고, 교외에서 집을 렌트하면 조용해요.
6. Nhà mặt tiền thì dễ tiếp cận, nhà trong hẻm thì ít ồn ào hơn.
   대로변 쪽 집은 접근성이 좋고, 골목 쪽 집은 덜 시끄러워요.

6 모범 답안

1. Tôi thì dọn dẹp nhà cửa, còn chị tôi thì nấu ăn.
   저는 집을 정리하고, 언니는 요리를 합니다.
2. Tiệm đó thì đóng cửa sớm, còn tiệm này thì mở cửa suốt đêm.
   그 가게는 일찍 문을 닫지만, 이 가게는 밤새도록 열어요.
3. Mấy tháng nay giá nhà thì tăng, còn giá đất thì giảm.
   최근 몇 달 동안 집값이 오르고 있지만, 땅값은 내려가고 있어요.
4. Ở thành phố thì cuộc sống sôi động, còn ở nông thôn thì yên bình.
   도시에 있으면 생활이 활기차고, 시골에 있으면 평온해요.

5. Thuê nhà ở khu vực trung tâm thì giao thông tiện lợi, còn thuê nhà ở ngoại ô thì rộng rãi và yên tĩnh hơn.
도심의 집을 빌리면 교통이 편리하고, 교외에 집을 빌리면 더 넓고 조용해요.

6. Ở chung cư thì có thang máy, còn ở nhà riêng thì có sân sau đẹp.
아파트에는 엘리베이터가 있지만, 개인 주택은 예쁜 뒤뜰이 있어요.

7 모범 답안

1. Nhà của tôi rất thoải mái và đầy đủ tiện nghie.
제 집은 매우 편안하고 시설이 잘 갖춰져 있어요.

2. Từ nhà của tôi đến trường/công ty chỉ mất khoảng 10 phút đi bộ.
제 집에서 학교/회사까지 걸어서 겨우 10분 걸립니다.

3. Nhà của tôi có 3 phòng; 2 phòng ngủ và 1 phòng khách.
제 집은 방이 3개 있습니다. 침실 2개와 거실 1개예요.

4. Nhà của tôi gần một siêu thị lớn, khoảng 5 phút đi bộ.
제 집은 큰 마트와 가까워서 걸어서 5분 걸려요.

5. Tôi thích sống trong một căn nhà ở khu vực yên tĩnh.
저는 조용한 동네에 있는 집에서 사는 걸 좋아해요.

Bài 8

회화

1. Khi rảnh Mai thường đi thăm bạn bè, đi chơi hay đi mua sắm.
한가할 때 마이 씨는 친구를 만나 놀러 가거나 쇼핑을 가요.

2. Mai ít khi đi xem phim vì cô ấy bận lắm.
마이 씨는 너무 바쁘기 때문에 영화를 거의 보러 가지 않아요.

3. Mai thích phim hài và ghét phim bạo lực.
마이 씨는 코미디 영화를 좋아하고 폭력적인 영화는 싫어해요.

4. Không phải. Bây giờ Mai rất ít khi đọc.
아뇨. 요즘 마이 씨는 거의 읽지 않아요.

5. Thu thích ngủ nhất khi chị ấy rảnh rỗi. Vì Thu luôn luôn cảm thấy thiếu ngủ.
투 씨는 여가 시간에 잠 자는 걸 가장 좋아해요. 왜냐하면 투 씨는 항상 잠이 부족하다고 느끼기 때문이에요.

말하기 연습

3 모범 답안

1. Khi rảnh, tôi thường đi thăm bạn bè hay đọc sách ở nhà.
한가할 때, 저는 보통 친구를 만나러 가거나 집에서 책을 읽어요.

2. Khi buồn, tôi thường ở nhà một mình, nghe nhạc hay gọi điện đến bố mẹ.
슬플 때, 저는 보통 집에서 혼자 음악을 듣거나 부모님께 전화를 걸어요.

3. Khi người ta xin lỗi, tôi thường nói "Không sao đâu".
누군가가 사과할 때, 저는 보통 '괜찮아요'라고 말해요.

4. Khi tức giận, tôi thường cố gắng giữ bình tĩnh và suy nghĩ trước khi nói.
화가 날 때, 저는 보통 침착함을 유지하고 말하기 전에 생각하려고 노력해요.

5. Khi đi học tiếng Việt, tôi thường mang theo quyển vở, bút và giáo trình.
베트남어를 공부할 때, 저는 보통 노트와 펜, 교과서를 가지고 가요.

4 모범 답안

A Khi rảnh, bạn thường làm gì?
한가할 때, 주로 뭘 하세요?

B Khi rảnh, tôi thường đọc sách và xem TV ở nhà.
Còn bạn? Ngày nghỉ, bạn thường làm gì?
한가할 때, 저는 주로 집에서 책을 읽거나 텔레비전을 봐요. 그러는 당신은요? 휴일에 당신은 주로 뭘 하세요?

A Nếu tôi không đi làm thì tôi thức dậy muộn, ăn sáng muộn. Sau đó tôi thường đọc báo và uống cà phê.
만약 출근하지 않는다면 저는 늦잠을 자고, 아침을 늦게 먹어요. 그 후에 저는 신문을 읽고 커피를 마셔요.

B Khi buồn, bạn thường làm gì?
슬플 때 당신은 주로 뭘 하세요?

A Khi buồn, tôi thường về nhà sớm để uống rượu một mình hay xem phim hài.
슬플 때, 저는 주로 집에 일찍 귀가해서 혼자 술을 마시거나 코미디 영화를 봐요.

5 모범 답안

Khi tôi còn nhỏ, buổi sáng, tôi luôn luôn ăn sáng cùng gia đình. Tôi rất thích đọc sách và truyện tranh khi còn nhỏ. Mỗi chủ nhật, tôi đi thư viện với bố mẹ đọc sách và truyện tranh. Còn khi tôi buồn, tôi thường đi thăm bạn bè, đi chơi hay đi hát bài hát. Tôi rất thích chơi bóng đá nữa. Khi còn nhỏ, tôi có thói quen xem trận đấu đến khuya.

어렸을 때 아침에, 저는 항상 가족과 함께 아침을 먹었어요. 어렸을 때 저는 책과 만화책을 보는 것을 좋아했어요. 매주 일요일에 저는 부모님과 함께 도서관에 가서 책과 만화책을 봤어요. 그리고 슬플 때 저는 보통 친구를 만나 놀러 가거나 노래를 부르러 갔어요. 저는 축구도 매우 좋아했습니다. 어렸을 때 저는 늦게까지 경기를 보는 습관이 있었어요.

6 모범 답안

Tôi biết một người có thói quen buồn cười. Người đó là bạn thân nhất của tôi; tên là Min Ji. Khi cười, cô Min Ji thường có thói quen giơ cao hai tay lên. Thói quen này làm cả lớp cũng cười. Tôi rất thích thói quen của Min Ji như thế. Thói quên của cô khiến mọi người xung quanh cũng không thể nhịn được cười.

저는 재미있는 습관을 가진 한 사람을 알고 있어요. 그 사람은 제 가장 친한 친구 '민지'입니다. 웃을 때, 그 애는 두 손을 모두 들어올리는 버릇이 있어요. 이 버릇은 반 친구 모두를 웃게 만들어요. 저는 이러한 민지의 버릇을 참 좋아해요. 그 애의 버릇은 다른 사람들도 웃음을 참을 수 없게 만들어요.

연습 문제

1. Vì nhà họ chỉ có một cái ti vi nhưng họ thích xem hai kênh khác nhau.
   왜냐하면 그들의 집에는 텔레비전이 하나 밖에 없지만, 그들은 서로 다른 채널을 보는 걸 좋아하기 때문이에요.
2. Cô ấy thích phim tình cảm, nhạc nhẹ…….
   그녀는 로맨스 영화, 가볍게 듣기 좋은 음악 등을 좋아해요.
3. Chồng cô ấy thích bóng đá, nhạc rock…….
   그녀의 남편은 축구, 락 음악 등을 좋아해요.
4. Có. Gần như ngày nào họ cũng cãi nhau.
   네. 거의 매일 그들은 다투어요.

듣기 스크립트

Hồng Sao mắt em đỏ vậy, Xuân? Có chuyện gì buồn phải không?

Xuân À……. Không có gì cả. Chỉ là chuyện gia đình thôi.

Hồng Chuyện gì vậy?

Xuân Tối hôm qua chồng em không ngủ ở nhà.

Hồng Sao vậy?

Xuân Em và chồng em lại cãi nhau.

Hồng Về chuyện gì?

Xuân Em thì thích xem phim trên kênh 7. Còn chồng em thì thích xem bóng đá trên kênh 9. Mà nhà em thì chỉ có một cái ti vi.

Hồng À, thì ra là vậy.

Xuân Chị biết không, em với anh ấy càng ngày càng khác nhau nhiều hơn. Em thì thích phim tình cảm, nhạc nhẹ. Còn anh ấy thì chỉ thích bóng đá, nhạc rock. Gần như ngày nào chúng em cũng cãi nhau.

2

1. Trước đây ông ấy là tài xế xe tải.
   예전에 그는 트럭 운전기사였어요.
2. Ông ấy thường hay nhớ về quá khứ.
   그는 주로 과거를 자주 그리워해요.
3. Khi nói chuyện ông ấy thường bắt đầu bằng câu: "Trước đây tôi……"
   대화할 때, 그는 주로 '예전에 내가……'라는 문장으로 시작해요.
4. Thước đây ông ấy có thể uống một lúc 10 hay 15 chai bia.
   예전에 그는 한 번에 10~15병의 맥주를 마시곤 했어요.
5. Trước đây ông ấy có thể đi bộ một lúc 10 hay 15 cây số.
   예전에 그는 한 번에 10~15킬로미터를 걸어갈 수 있었어요.

듣기 스크립트

Trước đây ông Năm là tài xế xe tải. Nhưng bây giờ ông ấy không lái xe nữa vì ông ấy đã già. Ông ấy thường hay nhớ về quá khứ, khi ông ấy có thể làm tất cả mọi việc một cách dễ dàng. Khi nói chuyện, ông ấy thường bắt đầu bằng câu "Trước đây tôi……"
Và bây giờ ông ấy đang nói chuyện với một người bạn về quá khứ của mình: "Trước đây tôi có thể uống một lúc 10 hay 15 chai bia, nhưng bây giờ tôi không thể uống được nữa. Khi tôi còn trẻ thì tôi có thể lái xe 1.000 cây số không nghỉ; tôi có thể đi bộ một lúc 10 hay 15 cây số; tôi có thể ăn một lúc 8 chén cơm……"
Ông Năm còn muốn nói nhiều nữa nhưng ông ấy không thể nói được vì ông quá mệt. Trước đây ông ấy có thể nói chuyện từ sáng đến chiều được. Nhưng bây giờ thì ông ấy không thể nói nhiều được vì ông ấy đã già. Khi già thì người ta hay nhớ về quá khứ.
Bạn có thấy như vậy không?

Liên là học sinh lớp 11 [1] của một trường trung học nổi tiếng trong thành phố. Liên [2] thường thức dậy lúc 5 giờ 45 phút sáng. Sau khi rửa mặt, Liên ăn sáng [3] với gia đình rồi chuẩn bị đi học. Liên thường rời khỏi nhà [4] lúc 6 giờ 15. Buổi trưa Liên thường về nhà lúc 11 giờ rưỡi. Nhưng Liên [5] không bao giờ về nhà sau 12 giờ trưa. Buổi chiều, Liên thường ở nhà. [6] thỉnh thoảng Liên đi thư viện hay đến nhà bạn mượn sách vở. Buổi tối Liên học bài, xem ti vi với gia đình. Liên ít khi đi ngủ sau 12 giờ đêm.

리엔은 시내의 유명한 중학교의 11학년 학생입니다. 리엔은 보통 아침 5시 45분에 일어납니다. 세수를 한 후, 리엔은 가족과 함께 아침을 먹고 학교 갈 준비를 합니다. 리엔은 보통 6시 15분에 집을 나갑니다. 점심시간에 리엔은 보통 11시 반에 집으로 돌아옵니다. 그러나 리엔이 12시 이후로 귀가하는 일은 절대 없습니다. 오후에 리엔은 보통 집에 있습니다. 가끔 리엔은 도서관에 가거나 친구 집에 책을 빌리러 갑니다. 저녁에 리엔은 공부를 하고 가족과 텔레비전을 봅니다. 리엔은 거의 12시 이후에 잠들지 않습니다.

4

1. Ngày nào tôi cũng thức dậy sớm. Tôi không bao giờ thức dậy trễ.
   저는 매일 일찍 일어나요. 저는 절대 늦잠을 자지 않아요.
2. Ít khi anh ấy uống bia nhiều như hôm nay.
   그가 오늘처럼 맥주를 많이 마시는 것은 드물어요.
3. Các chị ấy có hay đi mua sắm với nhau không?
   그녀들은 자주 함께 쇼핑하러 가나요?
4. Anh có thường xem phim tình cảm không?
   당신은 로맨스 영화를 자주 보러 가나요?
5. Ít khi tôi thấy chị ấy hút thuốc.
   저는 그녀가 담배 피우는 것을 거의 보지 못했어요.

5

1. Tôi không biết chị ấy giận tôi.
   그녀가 저에게 화났다는 걸 저는 몰랐어요.
2. Bạn đi đến nhà anh ấy với tôi được không?
   당신이 저와 함께 그의 집에 가줄 수 있나요?
3. Cô Thu luôn tự tin ở chính cô ấy.
   투 씨는 항상 자기 자신에게 자신감이 있어요.
4. Cô ấy không thể tự cô ấy làm tất cả mọi việc trong nhà.
   그녀는 집 안에 모든 일을 그녀 혼자서 할 수 없어요.
5. Em gái tôi vừa vào đại học năm ngoái.
   제 여동생은 작년에 대학에 입학했어요.
6. Anh ấy nghĩ rằng cả công ty không thích anh ấy.
   그는 회사 사람 모두가 자기를 싫어한다고 생각해요.
7. Khi nào rảnh, đến nhà chúng tôi chơi nhé.
   언제 한가할 때, 우리 집으로 놀러 오세요.

6

1. Hôm nay anh ấy được rảnh cả ngày.
   오늘 그는 하루 종일 한가해요.
2. Nó xem video cả buổi sáng.
   그 아이는 오전 내내 비디오를 봐요.
3. Cả nhà cô Liên sẽ đi nghỉ ở Nha Trang.
   리엔 씨네 가족 모두가 나트랑으로 휴가를 갈 거예요.
4. Cả lớp tôi đều đã xem bộ phim đó.
   우리 반 모두가 그 영화를 봤어요.
5. Cả công ty đều biết chuyện ấy.
   회사 전체가 그 일을 알고 있어요.

7

1. Toi muốn mượn tất cả các loại sách đó.
   저는 모든 장르의 책을 빌리고 싶어요.
2. Tôi đã đi tất cả các nơi đó.
   저는 모든 장소를 다녀왔어요.
3. Họ thích uống tất cả các loại đó.
   그들은 그 모든 종류의 음료를 좋아해요.
4. Tất cả khoảng 38 tiếng.
   총 약 38시간이요.
5. Tất cả là 250 ngàn đồng.
   모두 250,000동입니다.

8

1. Hay lắm. Chị càng xem phim này càng hay.
   아주 재미있어요. 이 영화는 보면 볼수록 재밌어요.
2. Ý kiến hay đấy. Công viên Đầm Sen càng đến càng hay.
   좋은 의견이야. 덤샌 공원은 가면 갈수록 재밌어요.
3. Vâng. Quần áo ở đó càng xem càng đẹp.
   네. 그곳의 옷들은 보면 볼수록 예뻐요.
4. Vâng, công việc mới càng ngày càng vất vả.
   네, 새로운 일은 날이 갈수록 힘들어요.
5. Vâng, chương trình đó càng xem càng thích.
   네, 그 프로그램은 보면 볼수록 좋아져요.

9 모범 답안

Tôi là một người nhân viên ở một công ty bình thường. Tôi thức dậy lúc 7 giờ sáng. Tôi thường ít khi ăn sáng vì không có thời gian để chuẩn bị đi làm. Tôi đến công ty đúng 9 giờ. Tôi không bao giờ đến công ty trễ. Buổi trưa, tôi thường ăn trưa ở nhà hàng gần công ty. Tôi thích ăn một đĩa cơm chiên và uống cà phê đen. Buổi tối, tôi thường ở nhà. Tôi thích nấu ăn nên tôi luôn luôn ăn tối ở nhà.

저는 평범한 한 회사의 직원입니다. 저는 보통 7시에 일어납니다. 저는 출근 준비를 하기 위해 시간이 없기 때문에 아침을 먹지 않습니다. 저는 9시 정시에 회사에 도착합니다. 저는 절대로 회사에 늦지 않습니다. 점심에 저는 보통 회사 근처의 식당에서 밥을 먹습니다. 저는 볶음밥 한 접시와 블랙커피 한 잔을 마시는 것을 좋아합니다. 저녁에 저는 보통 집에 있습니다. 저는 요리를 좋아하기 때문에 집에서 저녁을 먹습니다.

독해

1. Ông Hải là giám đốc một công ty xuất nhập khẩu ở Quận 1.
   하이 씨는 1군의 한 수출입 회사의 사장입니다.
2. Sau khi rửa mặt, ông Hải thường ngồi đọc báo ở phòng khách.
   세수한 후, 하이 씨는 거실에 앉아 신문을 읽습니다.
3. Ông Hải luôn luôn ngồi trên ghế riêng của mình.
   하이 씨는 항상 자신의 개인 의자에 앉습니다.
4. Buổi trưa ông Hải ít khi về nhà. Ông ấy thường ăn trưa ở nhà hàng.
   점심에 하이 씨는 거의 집으로 가지 않습니다. 그는 보통 식당에서 점심을 먹습니다.
5. Ông Hải thường về nhà sau 11 giờ đêm.
   하이 씨는 보통 밤 11시 이후에 귀가합니다.

Bài 9

회화

1. Trước khi đến xưởng phim, Thảo thường ăn sáng với gia đình.
   촬영장에 가기 전, 타오 씨는 주로 가족과 아침 식사를 해요.
2. Buổi tối, Thảo ít khi đi đâu.
   저녁에, 타오 씨는 거의 어디를 가지 않아요.
3. Thảo thích nghe nhạc nhẹ.
   타오 씨는 가볍게 듣기 좋은 음악을 좋아해요.
4. Cô ấy thích đọc truyện ngắn, tiểu thuyết và sách lịch sử.
   그녀는 단편, 장편 소설과 역사 관련 책을 좋아해요.
5. Thảo ghét những người hỏi nhiều nhất.
   타오 씨는 질문이 많은 사람을 가장 싫어해요.

말하기 연습

2 모범 답안

1. Tôi thích ăn bánh. / Tôi không thích uống rượu vàng.
   저는 빵을 좋아합니다. / 저는 와인을 좋아하지 않습니다.
2. Tôi thích nghe nhạc cổ điển. / Tôi không thích nghe nhạc rock.
   저는 클래식 음악을 좋아합니다. / 저는 락 음악을 좋아하지 않습니다.
3. Tôi thích xem phim lãng mạn. / Tôi không thích xem phim bạo lực.
   저는 로맨스 영화를 좋아합니다. / 저는 폭력적인 영화를 좋아하지 않습니다.

3 모범 답안

1. Ông Lâm thích màu đen. Cô Thu cũng thích màu đen.
   럼 씨는 검정색을 좋아해요. 투 씨도 검정색을 좋아해요.
2. Cô Thu thích nghie nhạc rock. Nhưng ông Lâm không thích.
   투 씨는 락 음악 듣는 것을 좋아해요. 하지만 럼 씨는 좋아하지 않아요.

연습 문제

1

1. Anh ấy làm việc ở công ty xuất nhập khẩu.
   그는 수출입 회사에서 일해요.
2. Có. Anh ấy thường xuyên đi xa.
   네. 그는 보통 멀리 가야 해요.
3. Buổi sáng anh ấy thường uống cà phê ở một tiêm nhỏ trước công ty.
   오전에 그는 주로 회사 앞 작은 가게에서 커피를 마셔요.
4. Không. Anh ấy không thích phim và ca nhạc.
   아뇨. 그는 영화와 음악을 좋아하지 않아요.
5. Có. Anh ấy thường xem bóng đá.
   네. 그는 축구를 자주 보러 가요.

듣기 스크립트

Anh ấy là tài xế của một công ty xuất nhập khẩu. Tên anh ấy là Nguyễn Văn Long. Năm nay anh ấy 30 tuổi. Anh Long đã có vợ và hai con gái. Anh ấy phải làm việc nhiều và phải đi nhiều nơi. Gần như tuần nào anh ấy cũng phải đi xa. Những khi phải đi xa, anh ấy dậy thật sớm.
Buổi sáng anh ấy thường uống cà phê ở một tiệm nhỏ trước công ty. Về sở thích, anh ấy không thích phim cũng không thích ca nhạc. Anh ấy chỉ thích bóng đá. Tháng nào anh ấy cũng đi xem bóng đá một lần hay nhiều hơn, nếu anh ấy có thời gian rảnh.

2

1. Có. Gần như tuần nào cô ấy cũng đi ăn kem.
   네. 그녀는 거의 매주 아이스크림을 먹으러 가요.
2. Không thường xuyên. Vì cô ấy có quá ít thời gian.
   자주 보지 않아요. 왜냐하면 그녀는 시간이 매우 없기 때문이에요.
3. Cô ấy thích nhất là đi du lịch.
   그녀는 여행을 가장 좋아해요.
4. Cô ấy cảm thấy buồn khi xem phim buồn.
   그녀는 슬픈 영화를 볼 때 슬퍼해요.

듣기 스크립트

H.S.1	Chị có thích ăn kem không?
H.G.	Có. Chị thích lắm. Gần như tuần nào chị cũng đi ăn kem.
H.S.2	Chị thường ăn ở đâu?
H.G.	Ở tiệm kem Bạch Đằng. Các em có biết tiệm kem đó không?
H.S.2	Dạ, biết. Chị có thường xem phim không?
H.G.	Không thường xuyên. Chị mê xem phim nhưng có ít thời gian quá. Còn các em thì sao?
H.S.2	Chúng em thường xem phim trên tivi. Còn kịch thì chúng em rất thích xem những vở kịch có chị diễn.
H.G.	Cám ơn các em.
H.S.3	Chị cho em hỏi: Chị thường làm gì khi rảnh?

H.G.	Chị thường đọc sách, báo, đi thăm bạn bè hay dọn dẹp nhà cửa. Chị cũng thường đi mua sắm. Chị thích đi mua sắm lắm. Nhưng chị thích nhất là đi du lịch.
H.S.2	Có khi nào chị cảm thấy buồn không?
H.G.	Có chứ. Thỉnh thoảng chị thấy buồn.
H.S. 1	Khi nào?
H.G.	Khi chị xem phim buồn. Còn các em thì sao?

3

Dũng và Độ là đôi 1) bạn thân, nhưng 2) sở thích của họ rất khác nhau. Dũng thì thích rượu, bia, cà phê, thuốc nhưng 3) không thích trà và sinh tố. Còn Độ thì không 4) thích bia cũng không thích rươu. Anh ấy 5) rất ghét thuốc lá. Độ chỉ thích trà, cà phê, đặc biệt là sinh tố. Về món 6) ăn, Dũng thích thịt hơn cá, còn Độ thì thích cá hơn thịt. Còn bạn thì sao?

융 씨와 도 씨는 친한 친구이지만, 그들의 취향은 매우 다릅니다. 융 씨는 술, 맥주, 커피, 담배를 좋아하지만 차와 주스는 좋아하지 않습니다. 반면, 도 씨는 맥주도 좋아하지 않고 술도 역시 좋아하지 않습니다. 그는 담배를 매우 싫어합니다. 도 씨는 차, 커피만 좋아하고, 특히 과일 스무디를 좋아합니다. 음식에 대해서는, 융 씨는 생선보다 고기를 더 좋아하고, 도 씨는 고기보다 생선을 더 좋아합니다. 그러는 당신은 어떤가요?

4

1. Ông ấy thích bia nhưng lại ghét nước ngọt.
   그는 맥주를 좋아하지만 음료수는 싫어해요.
2. Bình thường Sương nói nhiều. Hôm nay cô ấy nói rất ít.
   스엉 씨는 평소에 말이 정말 많아요. 오늘 그녀는 말수가 정말 적어요.
3. Anh đừng nói dối. Anh hãy nói thật đi.
   거짓말하지 마세요. 솔직히 말하세요.
4. Tôi và cô ấy có nhiều điểm giống nhau nhưng cũng có điểm khác nhau.
   저와 그녀는 같은 점이 많지만 다른 점도 있어요.
5. Phim hài làm cho nó cười, còn phim buồn làm cho nó khóc.
   코미디 영화는 그를 웃게 만들고, 슬픈 영화는 그를 울게 만들어요.
6. Ngày chủ nhật tuần này thật thú vị, không chán như những tuần trước.
   이번 주 일요일은 지난 몇 주처럼 지루하지 않고 정말 재밌었어요.

5

1. Thói quen 습관: đi ngủ sớm 이른 취침 thức dậy trễ 늦잠 nghe tin tức lúc 6 giờ sáng 오전 6시 뉴스 시청 đọc sách trước khi đi ngủ 취침 전 독서 vừa ăn vừa xem ti vi 식사 중 텔레비전 시청
2. Sở thích 취미: câu cá 낚시 khiêu vũ 댄스 làm bánh ngày chủ nhật 일요일 베이킹 đọc sách 독서 mua sắm 쇼핑 chụp ảnh phong cảnh 풍경 사진 촬영

1. Ngoài chiếc đàn piano của mẹ, nó còn thích chiếc đàn guitar cũ của bố.
   어머니의 피아노 외에도, 그는 아버지의 오래된 기타도 좋아해요.
2. Các tấm ảnh chụp ở Vũng Tàu, tấm nào cũng đẹp, trừ tấm này.
   붕따우에서 찍은 사진들은 이 사진을 제외하곤 어떤 사진들이든 다 예뻐요.
3. Bác sĩ khám bệnh tất cả các buổi, trừ tối thứ bảy.
   의사는 토요일 저녁을 제외하고 모든 시간대에 진료를 해요.
4. Nghe nói ngoài việc sáng tác nhạc, ông ấy còn vẽ tranh.
   듣자 하니 음악 작곡 외에도, 그는 그림을 그린다고 해요.
5. Bộ sưu tập của anh ấy có tất cả tem của các nước, trừ tem Hàn Quốc.
   그의 컬렉션에는 한국 우표를 제외한 모든 국가의 우표들이 있어요.
6. Trừ thứ hai và thứ năm, ngày nào Thảo cũng đến xưởng phim.
   월요일과 목요일을 제외한 어떤 날이든 타오는 항상 스튜디오에 가요.

7

1. Ngoài nói chuyện với nhau về thời trang, các cô ấy còn nói về bộ phim Hàn Quốc đang chiếu trên ti vi.
   패션에 대해 이야기를 나누는 것 외에도 그녀들은 텔레비전에 방영하고 있는 한국 드라마에 대해 이야기를 나눠요.
   Các cô ấy nói chuyện với nhau về thời trang. Ngoài ra các cô ấy còn nói về bộ phim Hàn Quốc đang chiếu trên ti vi.
   그녀들은 패션에 대해 이야기를 나누고 텔레비전에서 방영하고 있는 한국 드라마에 대해서도 이야기해요.
2. Ngoài đi mua sắm, Thúy không có sở thích nào khác.
   쇼핑 가는 것 이외에는 투이 씨에게 다른 취미가 없어요.
   Sở thích của Thúy là đi mua sắm. Ngoài ra cô ấy không có sở thích nào khác.
   투이 씨의 취미는 쇼핑입니다. 그녀는 다른 취미가 없어요.
3. Ngoài nhạc Pop, cô ấy cũng thích nhạc Jazz.
   팝 음악 외에도, 그녀는 재즈 음악도 좋아해요.
   Cô ấy thích nhạc Pop. Ngoài ra cô ấy cũng thích nhạc Jazz.
   그녀는 팝 음악을 좋아해요. 그녀는 재즈 음악도 좋아해요.
4. Ngoài thường dạy tiếng Anh cho chủ nhà, Mary còn dạy đàn piano cho con gái chủ nhà.
   집주인에게 영어를 가르쳐 주는 것 외에도, 한가할 때 마리 씨는 집주인의 딸에게 피아노를 가르쳐 줘요.

Mary thường dạy tiếng Anh cho chủ nhà. Ngoài ra Mary còn dạy đàn piano cho con gái chủ nhà.
한가할 때 마리 씨는 집주인에게 영어를 가르쳐 주고 집주인의 딸에게 피아노를 가르쳐 줘요.

5. Ngoài tiệm này, ông Bằng chưa bao giờ ăn ở tiệm nào khác.
이 가게 외에 방 씨는 다른 가게를 가 본 적이 없어요.
Ông Bằng chỉ đến ăn ở tiệm này thôi. Ngoài ra ông ấy chưa bao giờ ăn ở tiêm nào khác.
방 씨는 이 가게에만 식사를 하러 와요. 그는 다른 가게에는 가 본 적이 없어요.

6. Ngoài đi du lịch nhiều nơi: Nha Trang, Đà Lạt, Vũng Tàu, các anh ấy cũng đã ở Huế một tuần.
나트랑, 달랏, 붕따우 많은 곳들을 여행한 것 외에도, 그들은 후에에 일주일 머무르기도 했어요.
Các anh ấy đã đi du lịch nhiều nơi: Nha Trang, Đà Lạt, Vũng Tàu. Ngoài ra các anh ấy cũng đã ở Huế một tuần.
그들은 나트랑, 달랏, 붕따우 많은 곳을 여행했어요. 그들은 후에에 일주일 머무르기로 했어요.

7. Ngoài chủ nhật nào cũng đưa con đi chơi công viên, vợ chồng Xuân còn đưa con đi xem kịch dành cho thiếu nhi.
일요일마다 아이를 공원에 데려가는 것 외에도, 쑤언 씨 부부는 아이에게 어린이 연극을 보여주러 가기도 해요.
Chủ nhật nào vợ chồng Xuân cũng đưa con đi chơi công viên. Ngoài ra họ còn đưa con đi xem kịch dành cho thiếu nhi.
일요일마다 쑤언 씨 부부는 아이를 공원에 데려가기도 하고 어린이 연극을 보여주러 가기도 해요.

8

1. Người nào cũng muốn được làm quen với cô ca sĩ ấy.
누구든 그 가수와 친해지고 싶어 해요.
2. Nếu rảnh em có thể giúp chị lau nhà chẳng hạn.
만약 한가하다면 예를 들어 집 청소 같은 걸 도울 수 있어요.
3. Chúng tôi đi học mỗi ngày trừ thứ bảy và chủ nhật.
우리는 토요일과 일요일을 제외하고 매일 공부하러 가요.
4. Ngoài anh ấy ra không ai làm nổi việc này.
그 뿐만 아니라 아무도 이 일을 하지 못해요.
5. Anh hãy đến đằng kia nói chuyện với tôi một lát nhé.
저쪽으로 가서 저와 잠시 얘기 좀 해요.

Bài 10

회화

1. Công việc ở Công ty An Cư có phù hợp với chuyên môn của Bình.
안끄 회사의 업무는 빈 씨의 전공과 잘 맞습니다.
2. Lý do chính để Bình không làm việc ở Công ty An Cư nữa là vì lương hơi thấp.
빈 씨가 안끄 회사에서 더는 일하지 않는 주된 이유는 월급이 적기 때문입니다.
3. Ngoài lý do đó, còn một lý do khác là ông giám đốc không ưa anh ấy.
그 이유 외에도, 다른 이유 하나는 사장님이 그를 좋아하지 않기 때문입니다.
4. Kỷ luật lao động ở công ty mới rất căng (nghiêm).
새 회사의 업무 규정은 매우 엄격합니다.
5. Bình hài lòng vì ở công ty mới lương cao hơn.
빈 씨는 새 회사의 급여가 더 높아서 만족합니다.

말하기 연습

2 모범 답안

Nếu tôi là giám đốc công ty thương mai và tôi cần một nhân viên kế toán, tôi sẽ chọn 'Trần Ngọc Anh'. Lý do là vì cô ấy đã tốt nghiệp đại học chuyên ngành kế toán. Hơn nữa cô ấy có chứng chỉ Anh văn A. Cô ấy có khả năng giao tiếp tốt bằng tiếng Anh. Mức lương đề nghị của cô ấy cũng phù hợp với tài chính cho công ty.

만약 제가 경리가 필요한 무역회사의 사장님이라면, 저는 '쩐 응옥 안' 씨를 선택할 것입니다. 이유는 그녀가 회계를 전공으로 하여 대학을 졸업했기 때문입니다. 게다가 그녀는 영어 자격증 A급도 가지고 있습니다. 그녀는 영어로 소통할 수 있는 능력이 있습니다. 그녀의 희망 급여 또한 회사의 재정에 적합합니다.

3 모범 답안

Khi chọn một chỗ làm, điều quan trọng nhất là việc làm phù hợp với chuyên môn của mình. Vì tôi muốn làm việc ở công ty cung cấp cơ hội phát triển mình. Nếu tôi làm công việc phù hợp với chuyên môn thì tôi có thể làm việc lâu dài.

직장을 선택할 때 가장 중요한 것은 전공 관련 분야와 적합할지 여부입니다. 왜냐하면 저는 저를 발전시킬 기회를 제공하는 회사에서 일하고 싶기 때문입니다. 만약 제 전공과 적합한 일을 한다면, 저는 일을 오래할 수 있습니다.

연습 문제

1

1. Thủy không đi làm vì hôm nay là thứ bảy.
   투이 씨는 오늘이 토요일이기 때문에 출근하지 않았어요.
2. Hùng đang đi tìm việc làm.
   홍 씨는 일자리를 찾고 있어요.
3. Chưa. Chưa có nơi nào nhận Hùng vào làm việc.
   아뇨. 홍 씨는 아직 일자리를 찾지 못했어요.
4. Hùng đã làm việc ở Công ty Xây dựng An Cư được hơn hai năm.
   홍 씨는 안끄 건설 회사에서 2년 이상 일했어요.
5. Hùng xin nghỉ việc ở đó vì không được tăng lương.
   홍 씨는 그곳에서 급여를 인상 받지 못해서 퇴사 통보를 했어요.

듣기 스크립트

Thủy	Anh đi đâu đó, anh Hùng?
Hùng	A, chào Thủy. Hôm nay Thủy không đi làm sao?
Thủy	Dạ, không. Hôm nay thứ bảy, em được nghỉ. À, nghe nói anh xin nghỉ việc ở Công ty Xây dựng An Cư rồi, có đúng không?
Hùng	Ừ, anh đã xin nghỉ việc rồi. Anh đang đi tìm việc làm nhưng chưa có nơi nào nhận.
Thuy	Làm việc ở Công ty Xây dựng An Cư em thấy cũng tốt, sao anh lại xin nghỉ việc?
Hùng	Làm ở đó chán lắm. Mặc dù làm việc ở đó hơn 2 năm nhưng anh vẫn chưa được tăng lương.

2

1. ① Không. Cô ấy không biết tiếng Đức.
   아뇨. 그녀는 독일어를 몰라요.

   ② Cô ấy thường gặp rất nhiều người nước ngoài.
   그녀는 보통 아주 많은 외국인을 많아요.

   ③ Cô ấy là tiếp tân khách sạn.
   그녀는 호텔 프런트 직원이에요.

듣기 스크립트

Cô ấy có thể nói được ba ngoại ngữ: tiếng Anh, tiếng Pháp và tiếng Nhật. Khi làm việc, cô ấy thường phải trả lời điện thoại. Cô ấy gặp rất nhiều người nước ngoài. Có khi cô vừa nghe điện thoại vừa trả lời một người khách. Cô có rất nhiều chìa khóa.

2. ① Cô ấy thường đi ngủ muộn.
   그녀는 보통 늦게 잠자리에 들어요.

   ② Cô ấy thường về nhà sau mười giờ tối.
   그녀는 보통 저녁 10시 이후에 귀가해요.

   ③ Cô ấy là diễn viên (điện ảnh).
   그녀는 (영화) 배우입니다.

듣기 스크립트

Cô ấy rất bận. Cô ấy thường đi ngủ muộn và thức dậy trễ. Ít khi cô về nhà trước mười giờ tối. Trong khi làm việc, cô phải khóc, phải cười, phải vui, phải buồn... Có khi cô vừa làm việc vừa trả lời phỏng vấn. Rất nhiều người thích cô ấy. Khi cô đi ra ngoài phố, có rất nhiều người nhận ra cô. Cô rất yêu nghề nghiệp của mình.

3. ① Có. Anh ấy thường làm việc vào ban đêm.
   네. 그는 보통 밤에 일해요.

   ② Anh ấy thường đi ngủ sau mười một giờ đêm.
   그는 보통 밤 11시 이후에 잠자리에 들어요.

   ③ Anh ấy là phóng viên / nhà báo.
   그는 기자/신문기자입니다.

듣기 스크립트

Anh ấy thường đi nhiều nơi và gặp rất nhiều người. Anh ấy phải hỏi nhiều câu hỏi và viết lại những câu trả lời. Anh biết nhiều người nổi tiếng và thường làm việc với họ. Anh thường làm việc bằng cây bút và máy tính xách tay. Có khi anh phải làm việc ngày chủ nhật. Anh ấy thường thức khuya để làm việc. Ít khi anh ngủ trước 11 giờ đêm. Anh rất thích nghề nghiệp của mình.

3

Anh Thanh là một 1) tài xế xe tải. Năm nay anh ấy 34 tuổi, đã có vợ và một con trai. Nhà anh ấy 2) ở Quận 10, Thành phố Hồ Chí Minh. Anh ấy làm tài xế 3) được 10 năm rồi. Anh ấy không 4) biết ngoại ngữ. Anh ấy thường phải đi nhiều nơi. Anh ấy luôn luôn thức dậy sớm. Anh ấy 5) ít khi ăn sáng và ăn trưa ở nhà mà thường ăn ở những tiệm cơm dọc đường. Có khi anh ấy vừa lái xe 6) vừa ăn bánh mì. Một tuần anh ấy làm việc bảy ngày. Anh Thanh thích nghề nghiệp 7) của mình, nhưng đôi khi anh ấy nghĩ rằng công việc này quá mệt.

탄 씨는 화물차 운전기사입니다. 올해 그는 34살이고, 아내와 아들이 있습니다. 그의 집은 호찌민시 10군에 있습니다. 그가 운전기사로 일한 지는 10년이 되었습니다. 그는 외국어를 알지 못합니다. 그는 많은 곳에 자주 가야 합니다. 그는 항상 일찍 일어납니다. 그는 집에서 아침과 점심을 먹는 일은 거의 없으며, 주로 도로 위 식당에서 식사를 합니다. 때때로 그는 운전을 하면서 반미를 먹기도 합니다. 일주일에 그는 7일을 일합니다. 탄 씨는 자신의 직업을 좋아하지만, 가끔 그는 이 일이 너무 힘들다고 생각합니다.

4

1. giám đốc 사장님, chuyên môn 전공, công việc 업무, lương bổng 급여, kinh nghiệm 경력, trưởng phòng 과장
2. khó tính 까다롭다, phù hợp 적합하다, căng 힘들다, căng thẳng 스트레스 받다, nhàn 한가하다
3. làm 일하다, chuyển 이직하다, ưa 좋아하다, mất việc 실직하다, tăng lương 급여가 오르다

5

1. Tường không còn làm ở Công ty Xây dựng An Cư nữa sao?
   뜨엉 씨가 더는 안끄 건설 회사에서 일하지 않는다고요?
2. Bích đã xin nghỉ việc (rồi) sao? 빅 씨가 퇴사 통보를 했나요?
3. Ông giám đốc đã cho anh ấy nghỉ việc (rồi) sao?
   사장님이 그를 그만두게 했나요?
4. Làm việc ở công ty đó lương không cao sao?
   그 회사에서 일하면 급여가 높지 않나요?
5. Cô Thu đã được ký hợp đồng thêm 6 tháng sao?
   투 씨가 계약 기간을 6개월 연장했나요?
6. Hàng ngày bà giám đốc là người ra về sớm nhất sao?
   사장님이 매일 가장 일찍 퇴근하는 사람이라고요?
7. Anh chưa nhận được tiền thưởng cuối năm sao?
   당신은 아직 연말 보너스를 받지 못했다고요?

6 모범 답안

1. B Quan hệ của ông ấy và anh thì sao?
   그렇다면 그와 당신의 관계는 어때요?
2. B Kỷ luật lao động ở công ty đó thì sao?
   그 회사의 업무 규정은 어때요?
3. B Vậy tiền lương hàng tháng thì sao?
   그렇다면 월급은 어때요?
4. B Những người làm việc chưa được lâu thì sao?
   일한 지 오래되지 않은 사람들은 어때요?
5. B Các đồng nghiệp của chị thì sao?
   언니의 직장 동료들은 어때요?
6. B Thời gian làm việc hàng ngày của ông ấy thì sao?
   그의 하루 업무 시간은 어때요?
7. B Cô kế toán cũ thì sao? 예전 경리는 어땠어요?

7

1. Sau giờ làm việc Mai không về nhà mà lại ghé vào tiệm chụp hình.
   (의아해 하며) 업무가 끝난 후에 마이 씨는 집에 가지 않고 사진관에 들러요.
2. Tại sao anh không đi chơi mà lại ở nhà?
   (의아해 하며) 왜 형은 놀러 가지 않고 집에 있나요?
3. Nó không gọi điện trước mà lại đến thẳng đây.
   (의아해 하며) 그 아이는 미리 전화하지 않고 바로 여기에 왔어요.
4. Vào nhà đi! Sao lại đứng nói chuyện ở ngoài đường vậy?
   집으로 들어와! (의아해 하며) 왜 길에 서서 얘기하고 있는 거야?
5. Mình đang nghe nhạc, sao cậu lại tắt?
   (의아해 하며) 내가 음악 듣는 중인데 왜 끄는 거야?
6. Bà trưởng phòng đã mời nhưng chị lại không muốn đến nhà bà ấy dự tiệc.
   과장님이 초대했지만 (의아해 하며) 그녀는 그 파티에 가고 싶지 않아요.

8

1. Mặc dù đang làm việc nhưng cô ấy nói chuyện điện thoại với bạn.
   비록 업무 중이지만 그녀는 친구와 통화 중이에요.
2. Mặc dù lương thấp nhưng tôi yêu công việc của mình.
   비록 월급은 적지만 저는 제 업무를 정말 좋아해요.
3. Mặc dù đi làm trễ nhưng bà ấy về sớm.
   비록 늦게 출근했지만 그녀는 일찍 퇴근했어요.
4. Mặc dù không ưa bà trưởng phòng nhưng anh ấy không chuyển đi nơi khác.
   비록 과장님을 싫어하지만 그는 다른 곳으로 이직하지 않아요.
5. Mặc dù đã tốt nghiệp đại học nhưng cô ấy không muốn tìm việc làm.
   비록 대학을 졸업했지만 그녀는 일자리를 찾고 싶지 않아요.
6. Mặc dù muốn làm việc hợp với chuyên môn nhưng cô ấy không muốn sống xa nhà.
   비록 전공과 맞는 일을 하고 싶지만 그녀는 집과 먼 곳에서 살고 싶지 않아요.
7. Mặc dù không bận rộn nhiều với công việc ở cơ quan nhưng chị ấy không có thời gian để làm việc nhà.
   비록 회사 업무가 많이 바쁘진 않지만 그녀는 집안일을 할 시간이 없어요.

9

1. Anh bị mất việc sao không tìm việc làm mới?
2. Chị ấy không còn làm ở đó nhưng lại hạnh phúc với công việc mới.
3. Chuyên môn của tôi là kế toán sao anh lại hỏi về vấn đề nhân sự?
4. Mặc dù công việc nặng nhọc nhưng cô ấy vẫn làm việc chăm chỉ.
5. Sao bà ấy lại nói như thế?
6. Lương bổng ở nhà máy đó cũng khá nhưng ông ấy lại sẽ chuyển đi nói khác.

10 모범 답안

Công việc mà tôi yêu thích là việc bán hàng. Tôi muốn trở thành nhân viên bán hàng xuất sắc. Tôi đang làm việc ở một siêu thị lớn. Tôi làm việc ở đây hơn 2 năm. Mặc dù lương thấp nhưng tôi thấy rất vui khi bán hàng cho khách hạng.

제가 좋아하는 일은 상품을 판매하는 일입니다. 저는 훌륭한 판매원이 되고 싶어요. 저는 한 대형 마트에서 판매원을 하고 있습니다. 저는 여기에서 2년 이상 일했어요. 비록 급여는 적지만 저는 손님에게 물건을 팔 때 매우 기뻐요.

독해

1. Thanh Mai là nhân viên bán hàng ở một công ty thương mại.
   탄 마이 씨는 한 무역 회사의 영업사원입니다.
2. Cô ấy không hài lòng với công việc của mình. Vì cô ấy không muốn thức dậy sớm và về nhà trễ, không thích nghe giám đốc càu nhàu.
   그녀는 자신의 일에 만족하지 않습니다. 왜냐하면 그녀는 일찍 일어나 늦게 퇴근하는 것과 사장님의 불평을 싫어하기 때문입니다.
3. Nếu có một triệu đô la, điều đầu tiên cô làm là cô sẽ nghỉ bán hàng.
   만약 백만 달러가 생긴다면 그녀가 가장 처음으로 할 일은 영업직을 그만두는 것입니다.
4. Sau đó cô sẽ đi châu Âu và châu Mỹ.
   그 후에 그녀는 유럽과 미대륙으로 갈 것입니다.
5. Cô không biết có nên mua xe hơi hay không.
   그녀는 자동차를 사야 할지 말아야 할지 모릅니다.
6. Cô sẽ mở một nhà hàng.
   그녀는 레스토랑을 하나 열 것입니다.

Bài 11

회화

1. Không. Nam không nhớ tên và số phòng của người mà anh muốn gặp.
   아뇨. 남 씨는 그가 만나고자 하는 사람의 이름과 방 호수를 기억하지 못해요.
2. Ông ấy khoảng 40 tuổi, cao, hơi mập, mắt xanh, tóc vàng.
   그는 40세 정도이며, 키가 크고, 조금 통통하며, 파란 눈에 금발 머리입니다.
3. Theo Nam, ông ấy rất vui tính.
   남 씨의 말에 따르면, 그분은 아주 유쾌합니다.
4. Theo Nam, thái độ của cô tiếp tân rất dễ chịu.
   남 씨의 말에 따르면, 그 여직원의 태도가 매우 좋습니다.
5. Vì đối với cô, không gì vui bằng những lời khen của khách.
   왜냐하면 그녀에게 있어서 고객의 칭찬보다 기쁜 것은 무엇도 없기 때문이에요.

말하기 연습

2 모범 답안

1. Cô ấy là một cô gái đẹp, thon thả.
   그녀는 예쁘고 날씬한 여자입니다.
2. Anh ấy là một thanh niên chăm chỉ, tích cực.
   그는 매우 열심이고 긍정적인 한 청년입니다.
3. Ông ấy là một người đàn ông thấp, hơi béo.
   그는 키가 작고 조금 뚱뚱한 남자입니다.

3 모범 답안

Tôi muốn miêu tả chị gái của tôi. Chị ấy tên là Ngọc Linh, là con gái cả trong gia đình. Năm nay chị ấy 25 tuổi, vừa cao vừa thon thả. Và chị ấy có đôi mắt to và đẹp. Tính tình của chị ấy rất dễ chịu. Chắc là không người nào tốt bụng bằng chị ấy.

저는 제 친언니를 묘사하고 싶어요. 그녀의 이름은 '응옥 린'이며, 가족 중 맏딸입니다. 그녀는 올해 25세이며, 키도 크고 날씬해요. 그리고 그녀는 크고 예쁜 눈을 가지고 있어요. 그녀의 성격은 매우 좋아요. 아마 그녀만큼 성격이 좋은 사람은 누구도 없을 거예요.

4 모범 답안

Tôi thấy mình giống cha về mặt tính tình vui tính. Cha tôi và tôi luôn luôn tạo ra không khí vui vẻ thoải mái trong gia đình. Nhưng về mặt ngoại hình, tôi thấy mình có nhiều điểm giống mẹ. Không ai có da mềm mại và trắng bằng mẹ tôi. Da của tôi cũng rất mềm mại.

제 유쾌한 성격 면에서 아버지를 닮았다고 생각합니다. 우리 아버지와 저는 항상 가족들의 분위기를 기쁘고 편안하게 조성해 줍니다. 하지만 외모 면에 있어서 저는 어머니와 닮은 점이 많다고 생각합니다. 저희 어머니만큼 피부가 곱고 하얀 분은 없어요. 제 피부 또한 아주 부드러워요.

연습 문제

1

1. Người giật túi xách của cô Mai là đàn ông.
   마이 씨의 가방 소매치기범은 남자입니다.
2. Không ai đuổi kịp người đó. 아무도 그를 쫓아가지 않았어요.
3. Không phải. Người đó hơi gầy.
   아뇨. 그 사람은 조금 말랐어요.
4. Người đó thấp. 그는 키가 작아요.
5. Tóc người đó ngắn. 그의 머리카락은 짧아요.

듣기 스크립트

Mai Anh ơi, anh làm ơn giúp tôi một chút.

Cảnh sát Có chuyện gì vậy, chị?

Mai Tôi mới bị mất một túi xách.

Cảnh sát Thế à? Mời chị ngồi. Chị bị mất ở đâu?

Mai Dạ, ở chợ Bến Thành. Tôi đang đi thì có một người đàn ông đi nhanh về phía tôi, giật túi xách của tôi rồi chạy đi. Không ai đuổi theo kịp anh ta.

Cảnh sát Chị có nhớ người đó như thế nào không?

Mai Dạ, nhớ rõ lắm. Anh ta hơi gầy, thấp, tóc ngắn, mặt dài.

Cảnh sát Trong túi xách của chị có gì không?

Mai Dạ, có. Có một ít tiền, một cái máy chụp hình và hai, bà thứ giấy tờ khác nữa. Anh làm ơn tìm giúp cho tôi càng sớm càng tốt. Xin cám ơn anh nhiều.

Cảnh sát Vâng. Chúng tôi sẽ cố gắng tìm cho chị.

2

1. Em bé đi lạc tên là Trần Văn Tuấn.
   길 잃은 아이의 이름은 쩐 반 뚜언입니다.
2. Em bé ấy 11 tuổi. 아이는 11살입니다.
3. Khi đi lạc, em bé ấy mặc áo thun, màu trắng.
   길을 잃었을 때, 아이는 흰색 티셔츠를 입고 있었어요.
4. Tóc em ấy ngắn. 아이의 머리카락은 짧아요.
5. Địa chỉ của em bé ấy ở số 105C, đường 3-2, thành phố Cần Thơ.
   아이의 집 주소는 껀터시, 3-2길, 105C번지입니다.

듣기 스크립트

Một bé trai tên Trần Văn Tuấn, 11 tuổi, đi lạc lúc 10 giờ sáng ngày 25/2. Khi đi cháu mặc áo thun màu trắng, quần jean xanh, tóc ngắn. Nếu ai gặp cháu ở đâu xin đưa đến số 105C, đường 3-2, thành phố Cần Thơ. Xin hậu tạ.

3

Tôi là [1] phóng viên, còn vợ tôi ở nhà, làm nội trợ. Tôi và vợ tôi đều 40 tuổi. Chúng tôi có 2 con: một con trai và một con gái. Con trai lớn của tôi năm nay 17 tuổi, [2] còn con gái út 15 tuổi. Tôi [3] và con gái tôi da hơi đen, người thấp, mũi tẹt, miệng rộng, mắt một mí. Còn vợ tôi và con trai tôi thì người [4] cao, da [5] trắng, mũi thẳng, miệng nhỏ, mắt [6] hai mí. Đối với tôi, con gái tôi [7] mặc dù không đẹp như mẹ nhưng nó dễ thương [8] không ai bằng.

저는 기자이며, 제 아내는 집안일을 하는 주부입니다. 저와 제 아내는 모두 40세입니다. 우리는 두 자녀를 두고 있으며 아들이 하나, 딸이 하나 있습니다. 큰아들은 올해 17살이고, 막내딸은 15살입니다. 저와 제 딸은 피부가 약간 어두우며, 키가 작고, 낮은 코와 큰 입술, 홑꺼풀을 가지고 있습니다. 그리고 제 아내와 아들은 키가 크고, 피부가 희며, 곧은 코와 작은 입술, 쌍꺼풀을 가지고 있습니다. 저에게 있어서, 우리 딸은 비록 엄마처럼 예쁘진 않지만 그녀는 누구보다도 귀엽습니다.

4

1. tóc 머리카락
2. mắt 눈
3. miệng 입
4. tai 귀
5. mũi 코
6. răng 이(치아)
7. cổ 목

5

1. Trong lớp tôi, không ai cao bằng anh ấy.
   우리 반에서 그보다 키가 큰 사람은 없어요.
2. Đối với ông ấy, không đâu đẹp bằng quê hương.
   그에게 있어서 고향만큼 아름다운 곳은 없어요.
3. Sáng nay tôi không nói chuyện với người nào cả. / Sáng nay không người nào nói chuyện với tôi cả.
   오늘 아침에 저는 어떤 사람과도 대화하지 않았어요.
4. Ông ấy là một người mà không ai muốn làm quen.
   그분은 누구도 친해지고 싶어 하지 않는 사람입니다.
5. Không gì vui bằng được gặp lại bạn cũ.
   옛 친구를 다시 만나는 것만큼 기쁜 일은 없어요.
6. Không gì buồn bằng phải chia tay với bạn thân.
   친한 친구와 이별하는 것만큼 슬픈 일은 없어요.

6

1. Tôi đã tìm cả chợ nhưng không đâu bán túi xách loại đó.
   저는 시장을 다 찾아보았지만 그 종류의 가방을 파는 곳은 어디에도 없어요.
2. Anh ấy đã đi du lịch nhiều nơi nhưng không đâu anh ấy thích bằng ở đây.
   그는 이곳저곳을 여행했지만 여기만큼 마음에 드는 곳은 어디에도 없어요.
3. Mặc dù anh ấy cố gắng giải thích nhiều lần nhưng không ai hiểu anh ấy muốn nói gì.
   그는 여러 번 설명하며 노력했지만 그가 무엇을 말하려고 하는지 아무도 이해하지 못했어요.
4. Không ai là không có lỗi lầm.
   잘못한 사람은 아무도 없어요.
5. Anh ấy luôn luôn nói với cô ấy: "Không ai đẹp bằng em. Không ai yêu em bằng anh."
   그는 항상 그녀에게 말해요: "당신만큼 아름답고, 저만큼 당신을 사랑하는 사람은 아무도 없어요."

6. Theo cô ấy, không gì thích bằng được uống cà phê với bạn bè vào sáng chủ nhật.
그녀의 말에 따르면, 일요일 아침 친구들과 함께 커피를 마시는 것만큼 좋은 일은 아무것도 없어요.
7. Cô ấy là sinh viên học chăm nhất lớp tôi. Không ngày nào cô ấy nghỉ học.
그녀는 우리 반에서 가장 열심히 공부하는 학생입니다. 어떤 날도 그녀는 수업을 빠지지 않아요.

7

1. Đối với anh ấy, không ai đẹp bằng cô ấy.
2. Cô ấy thường nói rằng không gì quan trọng bằng gia đình.
3. Anh có nghĩ rằng không đâu đẹp bằng quê hương của mình, phải không?
4. Ông ấy là một người mà không ai thích.
5. Không khách sạn nào thỏai mái bằng khách sạn này.
6. Theo tôi, không gì vui bằng được đi du lịch nước ngoài.

8 모범 답안

Theo tôi, một người phụ nữ hay đàn ông đẹp phải là người vui tính. Mặc dù ngoại hình người đó rất đẹp nhưng nếu tính cách xấu hay khó chịu thì không ai thích người đó. Tôi nghĩ người vui tính là người lúc nào cũng cười, cởi mở.

제 생각에는, 아름다운 여성 또는 멋진 남성은 유쾌한 사람이어야 해요. 그의 외형이 아무리 아름다워도 성격이 나쁘고 까다로우면 아무도 그를 좋아하지 않아요. 저는 유쾌한 사람은 언제나 웃고 있으며 마음이 넓다고 생각해요.

독해

1. Vì bố cô ấy mong có một con trai.
왜냐하면 그녀의 아버지는 아들이 하나 있기를 원했기 때문입니다.
2. Mẹ cô ấy rất đẹp. 그녀는 어머니는 매우 아름다워요.
3. Cô ấy giống bố. 그녀는 아버지를 닮았어요.
4. Vì càng lớn cô ấy càng giống bố cô ấy.
왜냐하면 크면 클수록 그녀가 아버지를 닮아가기 때문이에요.
5. Vì cô ấy giống bố nên có lẽ cô ấy cũng vui tính và tốt bụng.
왜냐하면 그녀는 아버지를 닮았기 때문에 아마 그녀 역시 유쾌하고 친절하기 때문이에요.
6. 모범 답안
Tôi cũng đồng ý với câu tục ngữ "Cái nết đánh chết cái đẹp". Mặc dù có ngoại hình đẹp nhưng lại khó tính thì không thể tạo mối quan hệ lâu dài.
저는 '인성이 외모를 이긴다'라는 말에 동의해요. 비록 아름다운 외모를 가지고 있어도 성격이 까다로우면 오랫동안 관계를 형성할 수 없기 때문이에요.

Bài 12

회화

1. Không phải. Ngoài báo Phụ Nữ, cô ấy còn thích đọc báo Thanh Niên và báo Tuổi Trẻ.
아뇨. 여성신문 외에도 그녀는 탄 니엔 신문과 뚜오이 쩨 신문을 좋아해요.
2. Báo Phụ Nữ dành cho giới nữ, còn Thanh Niên và Tuổi Trẻ có nhiều tin tức thời sự.
여성신문은 여성을 위한 신문이며, 탄 니엔과 뚜오이 쩨 신문은 시사 소식이 많이 있어요.
3. Mỗi buổi sáng, Bội Lan thường vừa ăn sáng vừa đọc báo.
아침마다, 보이 란 씨는 아침 식사를 하면서 신문을 읽어요.
4. Cô Bội Lan không thích xem phim kinh dị.
보이 란 씨는 공포 영화를 좋아하지 않아요.
5. Không phải. Cô ấy nghĩ sắc đẹp không phải là tất cả.
아뇨. 그녀는 외모는 전부가 아니라고 생각해요.

말하기 연습

1 모범 답안

Theo tôi NGUYỄN THỊ ĐỨC MAI và PHAN QUỲNH NHƯ phù hợp với công việc và mức lượng. Tuy nhiên mức lương của anh ĐỖ TUẤN không đầy đủ với khả năng của anh ấy. Vì anh ấy có kinh nghiệm và trình độ Anh văn B nên tôi muốn đề nghị anh ấy thảo luận với công ty để tăng lương.

제 생각에 응우엔 티 득 마이 씨와 판 꾸인 느 씨가 업무와 급여에 적합하다고 생각해요. 하지만 도 뚜언 씨의 급여는 그의 능력에 비해 충분하지 않다고 생각해요. 그는 경력이 있고, 영어 B 자격증이 있기 때문에 저는 그가 급여 인상에 대해 회사와 얘기해 볼 것을 제안하고 싶어요.

2 모범 답안

Nếu tôi muốn thuê một căn nhà để sống ở Thành phố Hồ Chí Minh trong 2 năm thì tôi sẽ chọn căn nhà tại quận 1. Vì tôi thích sống ở khu yên tính. Khu vực này vừa gần trung tâm thành phố vừa yên tĩnh. Tuy căn nhà hơi đắt đối với tài chính của mình, nhưng cuộc sống ở quận 1 có nhiều tiện tích cho tôi.

만약 제가 2년 동안 호찌민시에서 살기 위해 집을 하나 임대한다면 저는 1군에 있는 집을 선택할 것입니다. 왜냐하면 저는 조용한 지역에서 사는 것을 선호하기 때문입니다. 이 지역은 시내 중심과 가까우면서도 조용하기까지 합니다. 비록 제 재정 상황에 비해 집이 조금 비싸지만, 1군에서의 삶은 저에게 많은 편리함을 가져다 줄 것입니다.

3 모범 답안

Họ và tên(이름): Anna

Tuổi(나이): 29

Nghề nghiệp(직업): giáo viên(선생님)

Thích(좋아하는 것)

- màu vàng(노란색), màu cam(주황색)
- nước ngọt(탄산음료), sinh tố(주스), cá(생선)
- sách(책), nấu ăn(요리)

Không thích(싫어하는 것)

- màu xam(회색)
- thuốc lá(담배), cà phê(커피), rượu(술)
- tập thể dục(운동)

연습 문제

1

1. Bình làm việc ở ngân hàng.
   빈 씨는 은행에서 일해요.
2. Chủ nhật này Bình đến nhà Nam chơi.
   이번 주 일요일에 빈 씨는 남 씨의 집으로 놀러갈 거예요.
3. Nam chuyển nhà ba tháng rồi.
   남 씨는 이사한 지 3개월 되었어요.
4. Nhà mới của Nam ở số 940 Nguyễn Đình Chiểu.
   남 씨의 지금 새 집은 응우옌 딘 찌우 940번지에 있어요.

듣기 스크립트

Nam	Chào anh Bình. Lâu quá không gặp. Dạo này anh làm gì?
Bình	Tôi vẫn làm ở ngân hàng. Còn anh, khỏe không?
Nam	Khỏe. Trông anh có vẻ mập hơn lúc trước.
Bình	Cám ơn anh. Tôi cũng thấy anh mập hơn lúc trước.
Nam	Vâng. Tại tôi uống bia hơi nhiều. Hôm nào rảnh, mời anh đến nhà tôi chơi. Chúng ta vừa uống bia vừa nói chuyện.
Bình	Ừ. Chủ nhật này nhé. Được không?
Nam	Ừ, được. À, anh có biết nhà mới của tôi chưa?
Bình	Chưa.Anh Nam chuyển nhà rồi à? Hồi nào vậy?
Nam	Tôi chuyển nhà ba tháng rồi.
Bình	Vậy hả? Bây giờ nhà anh ở đâu?
Nam	Nhà mới của tôi ở số 940 Nguyễn Đình Chiểu, đối diện với trạm xăng.
Bình	Tôi nhớ rồi. 940 Nguyễn Đình Chiểu, phải không?

2

1. Tom muốn thuê một căn nhà nhỏ, tiện nghi.
   톰 씨는 작고 시설이 잘 갖춰진 편리한 집을 빌리고 싶어요.
2. Tom muốn ở gần trung tâm thành phố.
   톰 씨는 시내 근처를 원해요.
3. Những căn nhà mà Tom đã đến xem chỗ thì quá đắt, chỗ thì không được tiện nghi lắm.
   톰 씨가 봤던 집들은 어떤 곳은 너무 비싸고, 어떤 곳은 시설이 좋지 않아요.
4. Căn nhà mà Dũng giới thiệu cho Tom giá khoảng hai triệu rưởi một tháng.
   융 씨가 톰 씨에게 소개해 준 집은 월세가 250만 동 정도예요.

듣기 스크립트

Tom	Anh có biết gần đây có nhà nào cho thuê không?
Dũng	Nhà cho thuê thì có nhiều. Nhưng anh muốn thuê nhà như thế nào?
Tom	Tôi muốn tìm một căn nhà nhỏ, tiện nghi, ở gần trung tâm thành phố.
Dũng	Anh có xem quảng cáo trên báo không?
Tom	Có. Tôi đã xem một số quảng cáo về nhà cho thuê và đã đến xem thử một vài nơi rồi. Nhưng chỗ thì quá đắt, chỗ thì không được tiện nghi lắm.
Dũng	Tôi biết một chỗ có lẽ hợp với yêu cầu của anh. Giá khoảng hai triệu rưởi một tháng. Chiều nay rảnh không? Đi xem nhà với tôi đi.

3

1. Nhà cửa 집: cao ốc 빌딩, biệt thự 빌라, chung cư 아파트, căn nhà 주택
2. Sở thích 취미, 취향: xem phim 영화 감상, đọc sách 독서, thể thao 스포츠, du lịch 여행
3. Thói quen 습관: dậy sớm 일찍 일어나기, tập thể dục 운동하기, đọc báo 신문 읽기, uống cà phê 커피 마시기
4. Nhân dạng 외모: tóc dài 긴 머리카락, mắt to 큰 눈, miệng nhỏ 작은 입, da trắng 하얀 피부

4

1. Cô ấy chỉ làm những gì cô ấy thích.
   그녀는 그녀가 좋아하는 것들만 합니다.
2. Mười hai giờ đêm, tất cả các quán cà phê ở khu phố này đều đóng cửa.
   밤 12시에 이 동네의 모든 커피숍들은 문을 닫아요.

3. Chị ấy rất thích những bài hát viết về quê hương.
그녀는 고향에 대한 노래들을 매우 좋아해요.

4. Hôm qua các anh đã gặp những ai?
어제 형들은 누구누구를 만났나요?

5. Vào thứ bảy và chủ nhật, các công viên thường rất đông.
토요일과 일요일에 공원들은 보통 매우 붐벼요.

6. Mấy tháng nay các khách sạn đều giảm giá.
몇 달 동안 호텔들이 모두 할인했어요.

7. Các nhân viên trong khách sạn này đều mến Thomas vì anh rất vui tính.
이 호텔의 직원들은 모두 토마스를 좋아하는데 그가 매우 유쾌하기 때문이에요.

5

1. Phim nào tôi cũng thích xem, trừ phim kinh dị.
저는 공포 영화를 제외하고 어떤 영화든지 보는 것을 좋아해요.

2. Bà ấy có hai căn nhà ở Quận 3. Ngoài ra, bà ấy còn có một ngôi biệt thự ở Đà Lạt.
그녀는 3군에 집을 두 채 가지고 있어요. 이 외에도 그녀는 달랏에 빌라 한 채가 있어요.

3. Chị ấy nói giỏi tiếng Pháp. Ngoài ra, chị ấy còn nói giỏi tiếng Trung Quốc nữa.
그녀는 프랑스어를 잘해요. 이 외에 그녀는 중국어도 잘해요.

4. Chuyện ấy cả công ty ai cũng biết, trừ ông ấy.
그 일은 그를 제외하고 회사 전 직원이 누구나 알고 있어요.

5. Cô ấy đã được nhận vào làm việc ở công ty du lịch. Ngoài ra, Báo Thanh Niên cũng nhận cô ấy làm cộng tác viên.
그녀는 여행사에서 일하게 되었어요. 이 외에도 청년신문에서 그녀를 프리랜서로 채용했어요.

6. Các cô gái Hưng quen đều thích đi mua sắm, trừ Nga.
응아 씨를 제외한 흥 씨가 사귄 모든 여자들은 쇼핑을 좋아했어요.

6

1. Không phải ngày nào tôi cũng thức dậy trễ.
날마다 제가 늦잠자는 건 아니에요.

2. Không phim nào làm nó thích.
어떤 영화도 그를 만족시키지 못해요.

3. Không phải nhà hàng nào cũng vừa ngon vừa rẻ.
모든 식당이 맛있으면서 저렴한 것은 아닙니다.

4. Không sáng nào anh ấy không uống cà phê.
어떤 아침이든 그가 커피를 마시지 않는 아침은 없습니다.

5. Không phải cô gái nào cũng thích để tóc dài.
모든 여자들이 머리를 길게 기르는 것을 좋아하는 것은 아닙니다.

6. Không cô gái nào chịu được tính ích kỷ của em trai tôi.
어떤 여자든 제 남동생의 이기적인 성향을 감당할 수 없어요.

7

1. Cô ấy vừa đẹp vừa thông minh.
그녀는 아름다우면서 똑똑하기도 해요.

2. Em ấy vừa ăn tối vừa xem ti vi.
그 아이는 저녁을 먹으면서 텔레비전을 봐요.

3. Cái tủ lạnh này vừa tốt vừa rẻ. / Cái tủ lạnh này tuy rẻ nhưng tốt.
이 냉장고는 좋으면서 저렴하기도 해요. / 이 냉장고는 저렴하지만 좋아요.

4. Thức ăn ở quán này vừa nhiều vừa ngon.
이 식당 음식은 양도 많고 맛있어요.

5. Cô ấy vừa đẹp người vừa đẹp nết.
그녀는 외모도 아름답고 성격도 좋아요.

6. Chị ấy vừa cười vừa nói.
그녀는 웃으면서 말해요.

7. Căn nhà này tuy không chật nhưng cũng không rộng.
이 집은 좁지는 않지만 넓지도 않아요.

8. Khu vực này vừa yên tĩnh vừa gần trung tâm thành phố. / Khu vực này tuy gần trung tâm thành phố nhưng rất yên tĩnh.
이 지역은 매우 조용하고 도심과도 가까워요. / 이 지역은 도심에 가깝지만 매우 조용해요.

8

1. Ông ấy có thói quen vừa đọc báo vừa nghe nhạc.
그는 신문을 읽으면서 음악을 듣는 습관이 있어요.

2. Phóng viên vừa hỏi vừa ghi chép những câu trả lời của cô diễn viên đó.
기자는 질문을 하면서 그 여자 배우의 대답을 메모해요.

3. Có hai người đến khách sạn tìm ông Kim. Một người thì nói được tiếng Việt, còn người kia thì chỉ nói được tiếng Hàn Quốc.
두 사람이 호텔에 와서 김 씨를 찾았어요. 한 사람은 베트남어를 할 수 있는데, 다른 한 사람은 한국어만 할 수 있었어요.

4. Nhà cũ thì gần trường nhưng quá ồn. Nhà mới thuê thì yên tĩnh nhưng đi bằng xe máy mất đến 45 phút.
이전 집은 학교와 가깝지만 너무 시끄러웠어요. 임대한 새 집은 조용하지만 오토바이로 45분이나 걸려요.

5. Phòng Thu vừa mát, đẹp, thoáng vừa đầy đủ tiện nghi.
투 씨의 방은 시원하고, 예쁘고, 쾌적하면서 편의시설도 충분해요.

6. Vợ Nam thì thích xem cải lương. Còn Nam thì thích xem bóng đá.
남 씨의 아내는 (눈물을 흘리게 하는 감성적인) 드라마나 영화를 보는 걸 좋아하고, 남 씨는 축구 보는 걸 좋아해요.

9

1. Mặc dù nhỏ nhưng căn nhà này rất tiện nghi.
작더라도 이 집은 시설이 매우 잘 갖춰져 있어요.
2. Mặc dù rất cố gắng nhưng em ấy thường đến lớp muộn.
매우 노력했지만 그 애는 자주 지각해요.
3. Mặc dù không đẹp trai nhưng anh ấy được nhiều cô gái thích.
잘생기진 않았지만 그는 많은 여자들이 좋아해요.
4. Mặc dù không có nhiều tiền nhưng ông ấy thường đi du lịch nước ngoài.
돈이 많진 않지만 그는 자주 해외여행을 가요.
5. Mặc dù tốt nghiệp Đại học Luật nhưng anh ấy muốn trở thành hướng dẫn viên du lịch.
법학 대학을 졸업했지만 그는 여행 가이드가 되고 싶어요.
6. Mặc dù không thích có nhiều bạn bè nhưng chị ấy vẫn mời các đồng nghiệp mới đến nhà ăn tối.
친구가 많은 걸 좋아하지 않지만 그녀는 모든 새로운 동료들을 저녁 식사에 초대했어요.

10 모범답안

1. Ông ấy thường cho rằng không đâu ngon bằng món ăn mẹ nấu.
그가 자주 말하기를 어머니가 만든 음식보다 맛있는 것은 어디에도 없다고 해요.
2. Anh ấy nghĩ rằng không ai hiểu anh bằng vợ mình.
그는 자신의 아내만큼 그를 이해해주는 사람이 아무도 없다고 생각해요.
3. Theo tôi, không gì buồn bằng mất gia đình.
저에게 있어 가족을 잃는 것만큼 슬픈 일은 무엇도 없어요.
4. Đối với cô ấy, không gì vui bằng được đi chơi với bạn bè.
그녀에게 있어서 친구들과 함께 놀러 나가는 것만큼 즐거운 일은 무엇도 없어요.
5. Không ai biết được tương lai sẽ như thế nào.
누구도 미래가 어떻게 될지 알 수 없어요.
6. Không đâu thoải mái bằng phòng của tôi.
제 방보다 편안한 곳은 어디에도 없어요.

11 모범답안

1. Mặc dù hơi chật nhưng căn nhà này lại rất tiện nghi.
조금 좁기는 하지만, 이 집은 시설이 매우 잘 갖추어져 있어요.
2. Mặc dù đặt đồng hồ báo thức, nhưng em ấy thường đến lớp muộn.
알람을 맞춰 놓았음에도 불구하고 걔는 자주 지각해요.
3. Mặc dù không thông minh, nhưng anh ấy lại được nhiều cô gái thích.
비록 똑똑하진 않지만 그는 많은 여자들에게 인기 있어요.
4. Mặc dù không có nhiều tiền, nhưng ông ấy vẫn sống hạnh phúc.
돈이 많지 않지만, 그는 여전히 행복하게 살아요.
5. Mặc dù không thích gặp người mới, nhưng anh ấy muốn trở thành hướng dẫn viên du lịch.
새로운 사람을 만나는 걸 좋아하지 않지만 그는 여행 가이드가 되고 싶어요.
6. Mặc dù hơi thấp, nhưng anh ấy đẹp trai lắm.
키는 조금 작지만 그는 아주 잘생겼어요.
7. Mặc dù công việc mới hợp chuyên môn, nhưng cô ấy muốn nghỉ việc.
새로운 일이 전공에 잘 맞지만 그녀는 퇴사하고 싶어 해요.

12 모범답안

1. Thức dậy sớm: Tôi luôn luôn thức dậy sớm.
일찍 일어나다: 저는 항상 일찍 일어납니다.
2. Đi ngủ trễ: Tôi ít khi đi ngủ trễ.
늦게 잠자리에 들다: 저는 늦게 잠자리에 드는 일이 거의 없습니다.
3. Ăn sáng ở nhà: Tôi thường ăn sáng ở nhà.
집에서 아침을 먹다: 저는 보통 집에서 아침을 먹습니다.
4. Ăn trưa ở tiệm: Thỉnh thoảng tôi ăn trưa ở tiệm.
식당에서 점심을 먹다: 저는 가끔 식당에서 점심을 먹습니다.
5. Uống bia: Tôi ít khi uống bia.
맥주를 마시다: 저는 맥주를 거의 마시지 않습니다.
6. Hút thuốc: Tôi không bao giờ hút thuốc.
담배를 피우다: 저는 전혀 담배를 피우지 않습니다.
7. Xem phim: Tôi hay đi xem phim.
영화를 보다: 저는 자주 영화를 보러 갑니다.
8. Chơi bóng đá: Tôi đôi khi đi chơi bóng đá.
축구를 하다: 저는 때때로 축구를 하러 갑니다.
9. Đi thăm bạn: Tôi thường đi thăm bạn bè.
친구를 만나러 가다: 저는 보통 친구를 만나러 갑니다.

13 모범답안

Một trong những công việc mà tôi sẽ làm trong tương lai là viết sách. Tôi muốn viết sách về văn hóa Hàn Quốc. Tôi rất thích học văn hóa truyền thống ở Hàn Quốc. Tôi đang làm hướng dẫn viên du lịch ở một công ty du lịch Hàn Quốc. Tôi muốn giới thiệu cho người nước ngoài về những vẻ đẹp của văn hóa Hàn Quốc.

제가 미래에 계획 중인 일들 중 하나는 책을 쓰는 것입니다. 저는 한국 문화에 관한 책을 쓰고 싶어요. 저는 한국의 전통 문화에 대해 배우는 것을 매우 좋아해요. 저는 한국의 한 여행사에서 여행 가이드를 하고 있습니다. 저는 외국인들에게 한국 문화의 아름다움을 소개하고 싶어요.

MEMO

MEMO